तळ धुंडाळताना

ज्योती रामकृष्ण जोशी

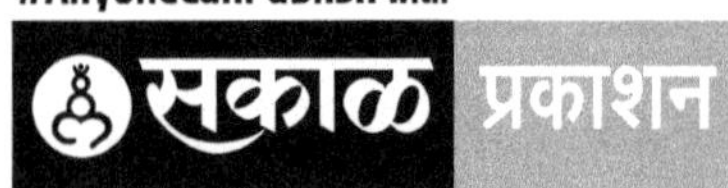

Tal Dhundalatana
© Jyoti Ramkrishna Joshi, 2024

तळ धुंडाळताना...
© ज्योती रामकृष्ण जोशी, २०२४

प्रथम आवृत्ती	: फेब्रुवारी २०२४
प्रकाशक	: सकाळ मीडिया प्रा. लि.
	५१५, बुधवार पेठ, पुणे-४११ ००२
मुखपृष्ठ, मांडणी	
आणि मुद्रितशोधन	: सारद मजकूर, पुणे
मुद्रणस्थळ	: विकास प्रिंटिंग ॲण्ड कॅरिअर्स
	प्रा. लि. प्लॉट नं. ३२, एमआयडीसी,
	सातपूर, नाशिक
ISBN	: 978-81-19311-85-9
संपर्क	: ०२०-२४४० ५६७८ /८८८८८४९०५०
	sakalprakashan@esakal.com

जगण्याच्या धडपडीत मला नेहमीच
सोबत करणाऱ्या, माझ्या मनात कायम
असणाऱ्या माझ्या आई-वडिलांना
अन्
'कवितेचा दिवा सतत सोबत राहू दे,
तोच तुला जगण्याचं बळ पुरवत राहील',
अशी प्रेमाची दटावणी देणाऱ्या
माझ्या गुरू डॉ. कल्याणी हर्डीकर
यांना सप्रेम अर्पण!

स्वतःविषयी थोडंसं

'तळ धुंडाळताना' हा माझा दुसरा काव्यसंग्रह. २०१५ साली प्रसिद्ध झालेल्या 'माझिया मना' या काव्यसंग्रहात मी माझी नवखेपणाची जाणीव व्यक्त केली होती, ती आजही संपलेली नाही. मनात तीच हुरहुर कायम आहे. आई नेहमी म्हणायची की, 'तू जे कवितेतून व्यक्त करतेस ते आणि तसंच मलाही वाटतं; पण ते शब्दात उतरवता येत नाही.' तिच्या या भावनेनुसार तीदेखील कवीच होती. फक्त मला माझ्या सोबतीला शब्दांना घेता येत होतं. त्यामुळं माझ्या पहिल्या कवितेपासून आईच माझ्या कवितेची पहिली वाचक असायची. कवितेला समजून घेताना तिनं मलाही समजून घेतलेलं असायचं.

आई-वडिलांचं असं समजून घेणं मला नेहमीच सोबत देत आलं आहे. या सोबतीनंच माझी कविता घडत गेली, असं मला वाटतं. आजही माझी मुलगी भूपाली जेव्हा तिनं केलेलं लेखन मला दाखवते आणि 'कसं वाटलं?' या प्रश्नचिन्हासहित माझ्याकडं पाहते, तेव्हा आईपासून सुरू झालेलं हे वर्तुळ असं आपोआप पूर्ण होतं.

डॉ. कल्याणी हर्डीकर, माझ्या गुरू मला एका वळणावर अचानक भेटल्या. त्या भेटीलाही दहा वर्षांपिक्षा जास्त काळ लोटला आहे; पण प्रत्यक्ष फार न भेटताही फोनवर झालेल्या त्यांच्या बोलण्यातून, गप्पांमधून एक सकारात्मक जाणीव माझ्यापर्यंत झिरपताना मला सतत जाणवते. अशाच भेटीतून मी त्यांच्याकडं माझ्या काव्यसंग्रहासाठी प्रस्तावना देण्याचा आग्रह धरला आणि त्यांनीही तो मान्य केला. एका जाणकार, साक्षेपी समीक्षकाकडून माझ्या कवितेबद्दलचे गुणदोष व्यक्त होत आहेत, याबद्दल माझ्या मनात कृतज्ञतेबरोबरच सुखाचीही जाणीव निर्माण झाली आहे. कविता निर्मितीनंतर त्यामध्ये सजग वाचक म्हणून आनंद घेणाऱ्या माझ्या मैत्रिणी, माझे पती रामकृष्ण जोशी यांच्याबद्दल काय लिहू? त्यांची साथ इथून पुढंही कायमच असणार आहे.

'ॲग्रिकल्चरल डेव्हलपमेंट ट्रस्ट' बारामतीचे चेअरमन मा. राजेंद्र पवार आणि संस्थेच्या विश्वस्त मा. सुनंदा पवार यांची प्रेरणा मला काम करण्यास कायमच प्रवृत्त करणारी ठरली आहे. 'सकाळ प्रकाशन' आणि 'सारद मजकूर' संस्थेने सुंदर मुखपृष्ठासहित सुबक पुस्तक तयार केल्यामुळे माझ्या कवितांना योग्य प्रकारे कोंदण लाभले आहे. त्याबद्दल औपचारिक आभार मानण्याऐवजी त्यांचा स्नेह कायम स्वरूपी राहावा अशी इच्छा व्यक्त करून 'तळ धुंडाळताना' वाचकांच्या हाती सोपवते.

- ज्योती रामकृष्ण जोशी

आत्मसंवादी कविता

इतर कोणत्याही साहित्यप्रकारांपैकी कविता हा प्रकार मला नेहमीच कवीचं व्यक्तिमत्त्व पारदर्शीपणानं व्यक्त करणारा वाटतो. त्याच्या भाव-भावना, विचार-आकांक्षा फार नेमकेपणानं मोजक्या शब्दांत या साहित्यप्रकारातून व्यक्त होतात. ज्याच्याजवळ संवेदनाक्षम सजग मन आहे, तरल कल्पनाशक्ती आहे, असोशी भावनांची पुंजी आहे, त्या प्रत्येकालाच अगदी उत्स्फूर्तपणानं आपलं भावविश्व शब्दांच्या सोबतीनं उलगडावंसं वाटतं आणि म्हणून कविता, भावकविता ही त्या त्या कवीच्या अनुभवांची संपृक्त रचना असते. सुखदुःखांच्या मेंदीगंधानं रंगलेलं कवीच्या काळीज कुपीतलं ते अत्तर असतं. त्यामुळं कविता चांगली किंवा वाईट असं न म्हणता ते त्या कवितांचं अत्तर तुम्हाला किती घमघमवतं, किती काळ सुगंध देतं, आकर्षित करतं, एवढंच एक रसिक म्हणून अनुभवायचं.

'शब्द हे तुमच्या व्यक्तिमत्त्वाचे आधारवड असतात, ते तुमच्या समाजाचं, संस्कारांचं, रूढी-परंपरांचं दर्शन घडवत असतात', असं भाषाशास्त्रज्ञ निऑम चोम्स्की म्हणतो. कवीला आपल्या मनातला आशय भारंभार शब्द न वापरता व्यक्त करायचा असतो आणि त्यातून स्वतः व्यक्त व्हायचं असतं. म्हणून तर 'जे न देखे रवी, ते ते देखे कवी', असं म्हटलं जातं. कवीला शब्दसृष्टीचा ईश्वर म्हटलं आहे. समर्थ रामदासांनी आणि संत तुकाराम महाराजांनी तर 'शब्दांच्या रत्नांचं भांडार'च फोडून महाराष्ट्राला बहाल केलं आहे. ओवी, अभंगांची आपली मराठीची परंपरा आठव्या-नवव्या शतकापासूनच आहे. जात्यावर बसलं की ओवी येते/होते, अशी आपल्या महाराष्ट्रातल्या स्त्री साहित्याची काव्यप्रांतातही परंपरा आहे. नाटक जसं महाराष्ट्राच्या रक्तातच आहे, तशीच कविताही महाराष्ट्राच्या रक्तात आहे.

बाराव्या शतकातल्या संत कवयित्रींनी तर आत्मभान, शरीरभान, समाजभान देत देत महाराष्ट्राला अध्यात्म शिकवलं. मुक्ताबाई, जनाबाई, निर्मळा, कान्होपात्रा, बहेणा आणि आणखी कितीतरी. स्वतःचा शोध घेत त्या परिस्थितीशरण न होता, रूढी-परंपरांना न तोडता त्यांना परिस्थितीनुसार वाकवत राहिल्या. लिहीत राहिल्या. लोकसाहित्याची रचना करणारी स्त्री असो, अगर संत कवयित्री असो, अगर साठोत्तरी साहित्यविश्वातली ऐंशीच्या दशकातली बंडखोर कविता करणारी, समाजाला बेधडक सामोरी जाणारी स्त्री असो; आधुनिक काळात वावरणारी, विविध कार्यक्षेत्रांत उच्चपदस्थ होऊन रमणारी स्त्री असो, मुलं-बाळं, संसार, नातीगोती यांच्यातले आणि समाजातले ताणतणाव हे तिचं भावविश्व कायमच राहिलं. आविष्कार बदलत गेले. जशी परिस्थिती बदलत गेली, तसं

तिचं व्यक्तिमत्त्व बदलत गेलं; पण मूळ गाभा झुंजण्याचा, परिस्थितीशरण न होण्याचा कायमच राहिला. कविता हा प्रकार सर्वकाळ स्त्रीच्या भावविश्वाचा सखा, सोबती, सांगाती राहिला आहे. मौनाची भाषा अभिव्यक्त करणारा तिचा अभिसार बनला. स्त्री साहित्यिकेचाच कां तर केवळ आजच नाही, अनंत काळापासूनच साहित्यिकाला प्रत्यक्ष अभिसारिका असण्याचा, मिळवण्याचा जन्मसिद्ध अधिकार होता. कवितारती तर त्याचीच होती. असो.

कवितेनं लक्षावधी स्त्रियांची आयुष्यं आपल्या अमृतस्पर्शानं संजीवक बनवली. समाजाशी, संसाराशी झुंजण्याचं भावबळ कवितेनं तिला दिलं आणि आजही कविता हे जगण्याचं बळ, कडोनिकडीचा संघर्ष करतानाही आपलं भावभीनं अस्तित्व जपण्याचं बळ देतं आहे.

एवढी मोठी कवितेची परंपरा इथं नमूद करण्याचं कारण काय, तर माझ्या हातात आलेला अध्यापक ज्योती जोशीचा 'तळ धुंडाळताना' हा दुसरा कवितासंग्रह. मराठी काव्यपरंपरेचे संस्कार मराठी शिकताना आणि शिकवतानाही तिच्यावर खोलवर झालेले आहेत, हे तिचा हा कवितासंग्रह वाचताना जाणवलं.

'शारदाबाई पवार महिला महाविद्याल'यात तिनं मराठीचं तीस वर्ष अध्यापन केलं. ती माझी विद्यार्थिनी. तिला साठोत्तरी लेखिकांच्या ललित गद्यावर संशोधन करायचं होतं म्हणून ती माझ्याकडं येत होती. तिच्या गाठीशी 'गो. नी. दांडेकरांची नाटकं' आणि 'माझिया मना' हा काव्यसंग्रह अशी साहित्यक्षेत्रातली दोन अपत्यं आहेत. 'तळ धुंडाळताना' हा तिचा दुसरा कवितासंग्रह आणि साहित्यातलं तिसरं अपत्य.

साहित्य जसा समाजमनाचा आरसा असतो, तसाच ते साहित्य निर्माण करणाऱ्या, साहित्यिकाच्या व्यक्तिमत्त्वाचं दर्शन घडवणाराही आरसा असतो. 'तळ धुंडाळताना' या कवितासंग्रहातल्या एकूण एकशेवीस कवितांमधून ही कवयित्री आपल्याला कशी दिसते, तर संस्कार मानणारी, नातीगोती सांभाळणारी, घरादारात रमणारी आणि तरीही बाहेरच्या जगाचा, तिथल्या घटना-प्रसंगांचा वेध घेणारी, आपल्या अस्तित्वावर होणारे आघात झेलत झेलत खंबीरपणानं उभी राहणारी, परिस्थितीशी दोन हात करणारी, पण शांत-संयत होऊन विचार करणारी. तिच्या कवितांना सोशीकपणाची एक धार आहे. कुठंही आक्रस्ताळेपणा नाही. विखार नाही. आक्रंदनही नाही आणि तरीही त्या कवितांनी खूप दुःखभोग भोगले आहेत, जिव्हारी बसणारे चटके सोसले आहेत.

दुःखालाही एकदा लावली जरतारी किनार की,
 सगळंच होऊन जातं सोप्पं,
मिरवता येतं त्याला बोटाला धरून
दिमाखदार शाही सोहळ्यात.

नटवता येतं त्याला, आपल्याला हवं तसं,
अन् डबडबून आलेल्या त्याच्या डोळ्यांत-
काजळकाडीची लांबट रेघ ओढत
मिटवून टाकता येतो पापण्यांच्या आत,
त्याचा उसासून आलेला आकांत.

कवयित्रीच्या आकांताची ही रीत अशी आहे. 'पानगळ' कवितेतला एका झाडाचा आकांत तर सगळ्याच पिकल्या पानांचा सार्वकालिक दुःखांक होऊन तिच्याच आत झिरपतो आणि ही सार्वकालिक दुःखं असतात नवजात अर्भकांच्या बाळमुळांची. दुःखात बुडवलेला आयुष्याचा तुकडा तिला अधिकच चविष्ट लागतो, 'तिचं आयुष्य' या कवितेत. आणि म्हणून मग 'दुःख' या कवितेत कडाडून भूक लागल्यावर ती सर्व रिकामे डबे धुंडाळून अडीनडीला शिल्लक ठेवलेल्या दुःखाच्या पिठाचीच कणीक मळून, बोथट रागाचं तिखट, डोळ्यांमधून वाहणाऱ्या अन् खारट पाण्याचं मीठ घालून झणझणीत पुरी बनवते आणि दुःखानं पोटच काय, पण रिकामं मनसुद्धा गच्च भरून घेते.

एकशेवीस कवितांमधल्या अवघ्या चार कविता फक्त दुःखावरच्या आहेत. बाकी सर्व एकशेसोळा कवितांमध्ये खरोखरच विषयांचं वैविध्य आहे. बहुतेक सर्व कविता मुक्त छंदातल्या आहेत. आशयविषयाची एक अंतर्गत लयही त्यांना आहे. तिला स्वसंवाद करायला आवडतो. अंतर्मुख होऊन ती मनाचा तळ धुंडाळत राहते. स्वतःच स्वतःला जोखत राहते. स्वतःशी संवाद करत राहते. हा स्वसंवाद कधी कधी आरशासमोर असतो, कधी आरसा समोर नसतानाही होतो आणि तोच वाचकाला अधिक विचारप्रवृत्त करतो.

आपण आरशासमोर नसतो तेव्हा
नेमकं कसं दिसतो,
नाही पाहू शकत आपण आपल्याला -
डोळे फक्त समोरचं पाहतात
त्यांना कुठं आत वळवता येतं?
आणि आतल्या प्रकाशाचं रूप न्याहाळण्यासाठी-
दिवा बाहेर थोडाच लावता येतो?

आपल्या आतला प्रकाश पाहण्याची धमक आणि आत प्रकाशच आहे, हा आत्मविश्वास ती अगदी सहजपणानं, कोणताही आव न आणता व्यक्त करू शकते. एखाद्या कातर संध्याकाळी 'निवांत' या कवितेत उबदार तळ्याकाठी शांत, निवांत बसून ती तळ्यात उमटणाऱ्या लहरींच्या कानगोष्टी मन भरून ऐकते आणि स्वतःच्या उदासवाण्या क्षणांचं गाठोडं अलगद सोडून देऊ शकते त्या तळ्यात. आणि सगळ्यात

महत्त्वाचं म्हणजेच स्वतःच, स्वतःला, स्वतःशेजारी चांदण्यांचा किलबिलाट ऐकू येईपर्यंत बसू शकते. अशा निवांत क्षणांमुळंच 'शांततेचं पाऊल' ती ऐकू शकते. एकटेपण उपभोगू शकते. खिडकीचं मौन ती मुखर करू शकते.

घनगर्द सावळ्या मेघातून बरसणारा पाऊस,

हळूहळू नभाळ होत गेलेल्या

त्याच्या डोळ्यांतलं गहिरेपण

अन् उघडमिट करणाऱ्या त्या खिडकीतलं एकटेपण,

पावसासहित आकाशाला कवेत घेऊनही

संपता संपत नाही.

तिचा हा स्वसंवाद 'मी जेव्हा उसळी मारते', 'मौन', 'खिडकीचं मौन', 'उजाडेपर्यंत उजाडण्यासाठी' अशा अनेक कवितांमधून अनुभवता येतो. ही स्वसंवादाची प्रेरणा तिला आजूबाजूचा निसर्ग देतो. पावसाचं बाळरूप ते पावसाचं जंगलरूप असा पावसाच्या स्वरूपाच्या विकासाचा आढावा घेताना ती म्हणते,

अंगडं टोपडं घालून

दुडुदुडु धावत येणारा पाऊस

तिच्यासमोर कसा सरसर मोठा होत गेला,

बघता बघता घनदाट झाला.

आता पावसाचं जंगल, जंगलातला पाऊस

समोर नुसतं धुकं आहे

पावसाचं बाळरूप अजून तिच्या पापणीवर थबकून आहे.

मौन पांघरलेला वृक्ष तिच्याशी बोलतो. आकाशाचे निळे डोळे तिला खुणावतात. चंद्र फिरायला बाहेर निघताना तिला उंबरठ्याबाहेरचा कानोसा घेणाऱ्या बाळगोपाळासारखा भेटतो. या चंद्राची रूपंही अगदी बाळरूपापासून ते वृद्ध, ओढाळ, निराश, शक्तिहीनत्वापर्यंतची रूपं त्याच्या फिरण्याच्या गतिचक्रातून ती निरखते. झाडाचं हसू पाहून ती हरकते आणि म्हणते,

तिरपा कटाक्ष टाकीत

सावलीच्या कडेकडेनं चाललेलं ऊन

झाड बघून जरा विसावलं

ऊनच वसतीला आलेलं पाहून

हसू झाडाचं हळूच खाली घरंगळलं -

'इवलंसं निळं फुलपाखरू'मध्ये ती स्वतःची साथसंगत करणाऱ्याला सहज सांगून जाते,

तू काटेरी झाड होऊ नकोस इतकंच...

माती, पाणी, आकाश, झाड, वृक्ष, चंद्र, सूर्य, सागर, तळी या प्रतिमा कवयित्रीच्या कवितेत वारंवार येतात. जवळपास सर्वच कवितांमधून त्या आपल्याला भेटतात, त्या चेतनगुणोक्तीच्या रूपात, मानवी जाणिवा, मानवी भावभावना व्यक्त करण्याच्या संदर्भात. त्यासाठी 'सागराचं प्राक्तन', 'समुद्राला नाकारणारी नदी', 'हल्ली खूप राग येतो', 'जास्वंदीचं फूल', 'ऊन कोवळं', 'लपंडाव' अशा कविता वाचता येतील. 'लपंडाव'मध्ये आतून खोल हललेला ढग विजेच्या केसांवर फुलं माळतो. 'तुझा मग काढीन रुसवा', असं विजेला लवून सांगतो. 'ठिकरीपाणी' या कवितेत खेळायला तिला आकाश पावलांखाली घ्यावंसं वाटतं, तर 'फट'मधून शब्दाला फुटलेल्या मोडांच्या फटीतून दिसणारं, वेदनेनं व्याकुळलेलं आकाश पाहावंसं वाटतं. पसारा आवरताना भरजरी ऋतूंच्या घड्या घालाव्याशा वाटतात. कवयित्रीच्या प्रतिमांमधून दिसणारा हा निसर्ग तिच्या तरल हळवेपणाची जशी साक्ष देतो, तशीच मानवी वेदनांनाही तो मुखर करतो, अशा काही कल्पना अभिनव आहेत.

कवयित्रीचं काव्यातून दिसणारं व्यक्तिमत्त्व बंडखोर, मुक्तीची भाषा बोलणारं नाही; तसंच ते लेंचंपेचं, गुळुमुळुही नाही. ती कणखर आहे. तिच्यातली हट्टी मुलगी पुरुषप्रधान समाजाचे सर्व नितिनियम धाब्यावर बसवून स्वतःला जसं जगावंसं वाटतं, तसं जगण्याचा निश्चय करणारी आहे. 'समुद्राला नाकारणारी नदी' या कवितेतून ती त्या नदीची प्रवाहाविरुद्ध पोहण्याची जिद्द वर्णन करते. 'वाल्मिकी आश्रम' या कवितेत परित्यक्ता सीतेची व्यथा न मांडता ती म्हणते,

> स्वतःचे डोहाळे पुरवणारा राम,
> त्यांना आपल्या आतच शोधावा लागतो
> आणि उभारावा लागतो स्वतःलाच स्वतःसाठी
> एखादा वाल्मिकीचा आश्रम...

परमेश्वरावर तिची श्रद्धा आहे. ती नास्तिक नाही आणि देवभोळीही नाही. तिच्या काही कविता तिच्या अस्तिकतेची साक्ष देणाऱ्या आहेत. ती म्हणते,

> आता आहे आणि नंतर नाही,
> यामध्ये कुठंतरी आपण
> अखंड लोंबकळतोय...
> फक्त ती तार
> तेवढी दिसत नाही...

दुसऱ्या एका कवितेत त्याचं अस्तित्व व्यक्त करताना ती म्हणते,

> डोळे मिटून घेतले की हल्ली,
> मला अधिकच स्वच्छ दिसायला लागतं

'स्वप्नगंध'मध्ये सगळी आवरसावर करून एका जगातून दुसऱ्या जगात जायची तयारी करताना ती म्हणते,

कवयित्रीनं 'तळ धुंडाळताना' या संग्रहामधून अनेक विषयांना स्पर्श केला आहे. त्यात वैविध्य आहे, तसंच नावीन्यही आहे. हा कवितासंग्रह एक प्रकारच्या स्वगतांचाच संग्रह म्हणता येईल, कारण या सर्व कविता त्या त्या क्षणांना सुचलेल्या कल्पनांमधून, प्रतिमांमधून अभिव्यक्त होताना पद्य स्वरूपात, लयरूपात व्यक्त न होता गद्यातच अधिक व्यक्त होतात. उत्स्फूर्त भावोद्गाराच्या स्वरूपात प्रकटतात. तिचं चिंतन ललित स्वरूपात व्यक्त करतात. ते वाचताना वाचकाला अंतर्मुख करण्याची शक्ती निश्चितच आहे; पण यापुढं तिनं आपली अभिव्यक्ती वृत्तं, छंदांच्या पदबंधात बांधून अधिक सुंदर, बहारदार होईल का, याचा निश्चित विचार करावा. स्वतःच्या अंतःकरणातल्या कवितेच्या दिव्याला अखंड तेवत ठेवावं, जीवन अधिकच सुंदर होण्यासाठी.

या कवितेचं देखणं मुखपृष्ठ ही कवितासंग्रहाची आणखी जमेची बाजू. एक छान अनुभव 'तळ धुंडाळताना' रसिक मनाला मिळतो आणि रसिकदेखील स्वतःच्या मनाच्या तळाशी शोध घेऊ लागतो, एवढं मात्र निश्चित.

या निर्मितीबद्दल ज्योतीचं मनःपूर्वक अभिनंदन आणि काव्यप्रांतात पुन्हा एकदा मला फेरफटका मारायला उद्युक्त केल्याबद्दल धन्यवाद!

पुढच्या वाटचालीसाठी हार्दिक शुभेच्छा!

- डॉ. कल्याणी हर्डीकर

अ नु क्र म

मनाच्या जाणिवा

स्त्री जाणिवा

जास्वंदीचं फूल

जास्वंदीचं डवरलेलं
फूलच जणू!
पहिल्यांदाच साडी नेसून
पुढ्यात उभ्या राहिलेल्या
मुलीडं पाहतच ती
मनातल्या मनात मोहरली
कुठंतरी दूरवर पाहत
असलेले तिचे स्वप्नाळू डोळे
मौन पांघरलेलं पण तरीही
बरंच काही सांगू पाहणारे
तिचे हसरे ओठ
आणि स्वत:भोवतीच गिरकी घेत
थिरकणारी बाळ पावलं!
क्षणभर ती पाहत राहिली
मनात आलं,
थिरकणाऱ्या पावलाखालचं
तिच्या निगराणीला न जुमानता
फोफावलेलं तण मात्र
काळजीपूर्वक उपटायला हवं
अर्थात पावलाखालच्या
मातीला न दुखावता!

तिचं घर

हल्ली घर बदललंय
नव्हे बदलू लागलंय तिचं घर.
मिळवत्या तिला घराबाहेर
पडताना पाहून
समजूतदारपणे निरोपाचा हात अगदी
सहजपणे हलवतं घर
हल्ली खरंच बदललंय घर!
ओचेपदर धरून टिपं गाळत
ओठ काढणाऱ्या घरानं
तिच्या मार्गातून कधी बरं
काढता पाय घेतला?
खरंच कळलं नाही तिला!
आता घराच्या ओढीनं
संध्याकाळी परतलेली ती
उंबरठ्यात पाऊल टाकते तेव्हा
मजेत पाय पसरून
टिव्हीसमोर खिदळत असतं
तिचं घर!

एक गोड निरागस मुलगी

तळ्याच्या काठी बसलीय
एक गोड निरागस मुलगी
छोटे छोटे दगड
पाण्यात भिरकावून
इकडून तिकडं सुळकन्
जाणाऱ्या मासोळीला
बघत राहणं
एक नवाच छंद जडलाय
तिला अलीकडे
होईन का मी ती
चमचमती मासोळी?
मोहात पाडणारा तो प्रश्न
तिच्या डोळ्यात
लख्खकन दिसतो मला
तिच्या इवल्याशा डोक्यावर
उडणाऱ्या
बगळ्यांच्या रांगेतला
एक मणीही व्हायचंय तिला
अन् हिरवंगार सळसळणारं
झाड बनून मनमुराद
हसू सोडून द्यायचंय
तळ्याच्या नितळ पाण्यावर.

जमेल तिला?
मीही उचलला
एक खडा
झेपेल एवढा
अन् मनात उमटलेलं
नकारात्मक प्रश्नचिन्ह
दिलं भिरकावून
तळ्याच्या स्वच्छ
नितळ पाण्यावर
चमचमत्या मासोळ्या
आता तिच्या पायाशी
बिलगतात अन्
खांद्यावर येऊन बसतात
असंख्य बगळे
आकाशासहित!

वाल्मिकीचा आश्रम

बाईला आधार केवळ
तिला घरातून बाहेर
काढल्यावरच लागतो
असं थोडंच आहे?
घरात राहूनही
टाकलेल्या अशा
असंख्य सीता, मिथिला,
वैदेही आहेतच की जागोजागी.
त्यांच्यासाठी नसतो
एखादा वाल्मिकी
वा आश्रमापर्यंत सोडायला
येणारा एकनिष्ठ लक्ष्मण.
स्वत:चे डोहाळे पुरवणारा
राम त्यांना आपल्या
आतच लागतो शोधावा
आणि उभारावा लागतो
स्वत:लाच स्वत:साठी
एखादा वाल्मिकीचा आश्रम!

ठिकरी पाणी

खूप दिवसांपासून
तिला वाटत होतं,
आकाशाला शुभ्र पांढरा
रंग देऊन पाहावा
नुसता निखळ
शुभ्र पांढरा
आणि त्यात स्वतः
रेखावं सप्तरंगी इंद्रधनुष्य.
कोपऱ्यात एका बाजूला
छोटंसं मोरपीसही काढावं
जमलाच तर मांडावा
एखादा ठिकरीपाणीचा डाव.
आणि घ्यावं सबंध आकाश
आपल्या पावलाखाली.

प्रश्नचिन्ह

उत्तरं शोधण्यापेक्षा
प्रश्नांना कुरवाळत बसणं
तिला अधिकच आवडू लागलंय
ते बरोबर की चूक
माहीत नाही तिला.
वाक्याच्या शेवटी आलेलं
प्रश्नचिन्ह हळूहळू तिच्या
मनाचा कब्जा घेतं
आणि...
न सापडलेल्या उत्तराचाच
एक भोवरा होऊन
फिरू लागतो तिनंच
निर्माण केलेल्या
प्रश्नचिन्हाभोवती.

भरजरी ऋतूंच्या घड्या

'आवरता घेतलाच
पाहिजे हा पसारा'
आजूबाजूला आपणच
उधळलेल्या अनेक
कडू गोड क्षणांकडं
पाहत ती स्वत:शीच पुटपुटली.
भरजरी ऋतूंच्या घड्या
हळूवारपणे घालत
मनाचा दिंडीदरवाजा लावून
घेतला एकदाचा तिनं!
कारण
पानगळतीचा हळवा
पिसारा केव्हाचा ओठंगून
उभा होता तिनंच
लावून घेतलेल्या
बंद पापण्यांपाशी.

सखा

नुकतीच वारी संपून
गर्दी जरा सरली
पाहून विठ्ठलाला निवांत
जवळ रखुमाई आली.

बाहेर पडताच भक्त
शेवटचा, नि:श्वास
विठ्ठलानं सोडला
कटीवरील हात
काहीसा हलकेच,
खाली आला.

आता हिंडू फिरू
बाहेर जाऊ जरा
पावसात भिजून चिंब
पिऊ ओला वारा.

कानात कुजबूजली
रखुमाई, विठ्ठलही सैलावला.
तेवढ्यात दार जरासं
करकरलं अन् कानी
पायरव आला.

'उशीर जरासा झाला
माफी असावी भक्ताला
पाऊस माझ्या शेतात
तसा उशिराच आला.'

'पेरण्या आटोपून आता
निवांत झालो आहे
संसार तिच्यावर सोपवून
कसा मोकळा झालो आहे.'

ऐकून त्याचं (रड) गाणं
तिने राग आवरता घेतला
जन्मोजन्मीचा सखा
असा ताब्यात, की हो दिला.

क्षणिक दाबून धरत ओठ
तिनं पाऊल घेतले मागं
आल्या गेल्या पाऊस वेळा
अन् वारा खाई झोके.

भक्त असे येतात
अन् जातातही निघून
दुरून पाही चंद्रभागा
चिंब आतून आतून!

तिची रात्र

त्यादिवशी ती
नेहमीपेक्षा आणखीनच
लवकर उठली.
दोन पदार्थ अधिकचे
रांधून
अन् घरदार नीट
सावरून
साडीची जरी किनार चाचपत
तयार झाली.
सरत्या संध्याकाळी
थकून परतलेल्या तिनं
कर्तृत्वाची झूल
ओट्यापाशी काढून
ठेवताना कानावर
तिच्या शब्द पडले…
'किमान आज तरी
तुम्ही विश्रांती
घ्यायला हवी होती'
पाठोपाठ मनमुराद हशा…
एकमेकांना दिलेल्या टाळ्या
अन् स्वयंपाक घराकडं फेकलेल्या कुचेष्टेच्या
नजरा झेलत झेलत
तिची रात्र
थोडी थोडी अन्
थांबून थांबून
आसवं गाळत राहिली.

एक हट्टी मुलगी

या वयातदेखील
तिच्या मनात कायम
वसतीला असते एक हट्टी मुलगी!
चंद्र, सूर्य, तारे यांपैकी काहीच
नको असतं तिला.
हवी असते ओठात एक शीळ अन्
साथीला वेग पकडणारा
वारा!
एकटीनंच ठरवलंय तिने,
कुठंतरी लांब जायचंय,
शहरातल्या चौकात उभं
राहून अख्खं जग कसं दिसतं
हे तरी कुठं पाहिलंय तिनं!
एकदा तेही करून बघायचंय
तिच्यातल्या हट्टी मुलीला.
घनदाट वेलींच्या पसरलेल्या
जंगलात फिरताना माणसातल्या
श्वापदांची भीती एकदातरी
वाटू नये असंही कैकवेळा
तिच्या मनात येऊन गेलंय.
त्यातही टपरीवरचा चहा,
शुभ्र चांदण्यात गुरफटलेली
रात्र अन् मैलोनमैल वाहणारा
रस्ता,

फक्त स्वत:लाच सोबत घेऊन!
अशा कितीतरी कल्पना, एकदा,
फक्त एकदाच करून
बघायच्यात तिला.
वयाच्या अशा हेलकावणाऱ्या
नाजूक वळणावर
मनातली ही हट्टी मुलगी
अशी वारंवार उसळून वर येऊ पाहते.
एक हलकीशी चापट अन् नाकावर बोट
एवढंसंही पुरेसं ठरतं तिला
समजूतदार बनवायला.
तेच तर केलंय तिनं आजपर्यंत.
तिच्याही नकळत.
पण संस्कृतीरक्षणाची ही झूल
अंगावरून काढून टाकण्याचं ठरवलंच तर
या हट्टी मुलीनं यदाकदाचित,
तिच्या सोबतीनं चालण्याचं
तिनं केव्हापासूनच ठरवलंय.
ती वाट पाहतेय फक्त
तिच्यातून उसळी मारून
बाहेर येणाऱ्या त्या हट्टी मुलीची!

क्षितिज तळ

दिवसभर रेंगाळणारं
ऊन पसरत जातं
इथं तिथं, कुठंही,
स्वैर, अस्ताव्यस्त
अन् बेफिकीर.
बाळसेदार उन्हाच्या
या पाऊलखुणा
आडदांडपणे नाचत
कौलारावरून सरकतात
परसदाराच्या प्राजक्ताच्या
मुळाशी,
मधेच एखादा मिश्कील
ढग झाकोळून
टाकतो त्याच्या
कोवळ्या अस्तित्वाला
तेव्हा अतीव मायेनं तीच
घेते त्याला आपल्या
पदराखाली
अन्
हुंगत राहते
त्यांचे सोनसळी जावळ
त्याला क्षितिजातळी
पाठवण्याअगोदर!

सावळी संध्याकाळ

एकदा अशाच झाकोळलेल्या
गडद सावळ्या संध्याकाळी
मौन धरून बसलेल्या
तिला, मी गदगदा हलवून
शेवटी विचारलंच
'बोल बये; काहीतरी बोल;
बोलून मोकळी हो एकदाची'
यावर तिनं सावकाश
कनवटीला लावलेलं
आपलं दुःख,
अलगद खाली सोडलं
अन् जरा विसावून, नंतर
झडझडून, नव्हे उसळून
ती बोलू लागली.
यानंतर मला आठवलं ते एवढंच,
माघारी फिरलेल्या तिच्या
पावलांच्या ठशांमागं पसरली होती
अनेक कडूगोड आठवणींची असंख्य
पिसं अन्
दुडुदुड धावणाऱ्या दुःखाला
चिमटीत पकडून कनवटीला
लावणारी ती!
संध्याकाळ अधिकच
सावळी झाली होती.

हल्ली तीदेखील खूप बदललीय

हल्ली तीदेखील
खूप बदललीय.

स्वातंत्र्याची तिच्या, आता
गळचेपी वगैरे होत नाही.
आखूड कापलेल्या केसांवर
फुलं न माळण्याचं
स्वातंत्र्य बहाल केलंय
समाजानं तिला.

लाल रक्तवर्णी कुंकवाच्या जागी,
सप्तरंगी इंद्रधनुष्यी
रंगानं सजवते हल्ली
ती आपलं प्राक्तन
आयुष्याचा जोडीदार
निवडीचं स्वातंत्र्य मिळवून
तिला कुठं व्हायचं आहे
सीता-दमयंती!

आई-वडिलांनी पाहून
दिलेल्या 'त्या'च्या
सात पावलांबरोबर चालताना
ती मग्न आहे केवळ
मणिमंगळसूत्राची कलाकुसर बदलण्यात.

व्रतवैकल्यातील विज्ञानाच्या
गोष्टी चघळताना
तिला मुळीच व्हायचं नाही
वडाच्या झाडाखाली बेशुद्ध
पडलेल्या सत्यवानाची सावित्री.

गेल्या अनेक शतकातल्या
असंख्य स्त्रियांनी
बळ पुरवलेल्या तिच्या
पंखांनी उडायचं नाकारत
ठरवलंय...

बस्! आता फक्त
जगत राहायचं
निर्धूर चुलीसमोर
प्राण हरवलेली
फुंकर होऊन!

मला सीता जेव्हा भेटते!

मला सीता भेटते
धरतीच्या कुशीत पहुडलेली
मुठीत असते तिच्या
घट्ट पकडलेली माती अन्
निरागस डोळ्यात
फुटलेलं बाळहसू!
       त्यानंतर भेटते ती
       सलज्ज, नवोढा
       हातात वरमाला
       डोळ्यात खेळत असतो
       स्वप्नातील राजकुमार!
रामाबरोबर राजमहालात
वावरणारी सीता
जेव्हा नंतर मला दिसते
तेव्हा ती असते
अबोध, संसाराच्या नव्या जाणिवेने हरखलेली!
डोळ्यात तरळताना दिसतात
भविष्याची सूचक स्वप्नं!
       वनवासातील पाऊलवाटेवर
       रानफुलं वेचताना
       जेव्हा मला ती सापडते
       तेव्हा तिच्यात
       लपलेली दिसते एक
       टवटवीत वनकन्या
       स्वप्नातील राजकुमार

तर तिच्याबरोबरच
असतो, तेव्हा!
रावणाच्या बंदिवासात
थिजलेल्या अश्रूंसहित
ती मला सामोरी येते.
खोल गेलेल्या डोळ्यातील
आसवांना थोपवीत ओढत राहते
निग्रहाचे मणी अन्
धुंडाळत राहते
त्याच्या चाहुलीच्या पाऊलखुणा!

पुन्हा एकदा रामाच्या
बाळखुणा पोटाशी
वागवत डोहाळ्याचा वनवास
स्वतःच मागून घेतलेली
ती एकाकी माता म्हणून
धरतीच्या कुशीत शिरते
तेव्हा पुन्हा एकदा
पहुडलेली दिसते
तिच्याच कुशीत

आता मूठ समजुतदार झालेली असते
सोशिक मातीचं उबदार
पांघरूण अंगावर ओढून
घेत ती डोळे मिटून घेते.
मातीपासून मातीकडं... एक
वर्तुळ असं पूर्ण होतं.
प्रत्येकीमध्ये अशी एक
सीता मला
दडलेली दिसते.

अन्‌ पुन्हा एकदा विहीर गलबलली...

धडाड, धूम...!
विहीर पुन्हा एकदा गलबलली!
काठावर अस्ताव्यस्त
पडलेलं धुणं....
रंगीत चपला, इवलेसे बूट
पाण्यावर तरंगणारं
हिरवं धुवट पातळ
अन्‌ काठावर.... काठावर
धाय मोकलून रडणारा नवरा
'बये, काय झालं होतं एवढं?'
आकांतून पाणी
वर उसळलेलं!
त्यासरशी थरथरला
विहिरीचा अवघा काठ
रहाटानं कंठातच
जिरवला हुंदका!
अन्‌ समाजाचा एकच
निर्जीव डोळा इकडून तिकडं
सरकला, अगदी हळूच संथपणे
बस्‌ इतकंच!

पुढं काय?
काय होणार!
पुन्हा एकदा काठाशी
किणकिणल्या बांगड्या
पैंजण रुणझुणले
हिरव्यागार पातळाची
पताका फडकली
नव्या धुमारीनं!
अन्‌ विहीर पुन्हा एकदा
पाणावली.
नव्हते फार दिवस लोटले
घडून गेलेल्या गोष्टीला
बस्‌ इतकंच...
अन्‌ विहीर पुन्हा एकदा
गलबलली!

बायका बोलत राहतात

बायका खूप बोलतात,
बोलत राहतात.
त्या नवऱ्याविषयी बोलतात
चारचौघात त्याच्या सवयीविषयी बोलतात
त्याला सगळं काही येतं
म्हणून बोलतात
त्याला काहीच येत नाही
म्हणूनही बोलतात.
त्या बोलत राहतात
त्या तुळशीवृंदावनाला
फेरी मारतात
स्वत:भोवती छानशी गिरकी घेतात
कारण नसताना
मधेमधे लुडबुडतात
मधेच अबोलीचं फूल
हातात धरून बसतात
पण कधीकधी त्या
खूप बोलतात, बोलत राहतात,
सतत अग्निहोत्र चालवणाऱ्या
उपाशी चुलीशी मुकाट
आवंढा गिळत राहतात.
उपाशी पोटीही त्या पाझरतात
चूल पेटती ठेवतात
चुलीवर काहीना काही तरी

चढवत राहतात
पण भरून येतं तेव्हा
खूप बोलतात, बोलत राहतात.
त्या मांजरावर प्रेम करतात
प्रेम नवऱ्यातल्या प्रियकरावर करतात
मातीवर करतात
तिच्यावर उगवून येणाऱ्या
लालस कोंबावर करतात
सजीवच काय पण
निर्जीव वस्तूंवरही
जीव लावतात.
त्या जीव ओवाळून टाकतात
वेळ पडली तर सती
जायलाही तयार होतात.
पण मुकाटपणे मनातल्या
मनात बोलत राहतात.
त्या पसारा मांडतात
घातलेला पसाराही त्याच मोडतात
पुन्हा उभारतात, उभारी धरतात.
भातुकलीच्या रंगीत खेळात
आपलंच बालपण पुन्हा पुन्हा
नव्यानं शोधत राहतात
पण बोलत राहतात
पुन्हा बोलतात
बोलतच राहतात!

तिचं आयुष्य

दोन वाट्या
अन् चार काळे मणी
यातच सामावलं जावं
एवढं लहान आयुष्य
तिचं कधीच नव्हतं.
अंगणभर मनमुराद बागडणारं
तिचं बालमन
फुलपाखरासारख्या पावलांवर
जेव्हा थिरकायचं
तेव्हा तिच्या आवतीभोवती.
पापण्यांचे दरवाजे लावून घेत
स्वप्नंही खुशीनं शिरायची
तिच्या निज आलेल्या डोळ्यात.
पण...
घोड्यावरून येणाऱ्या
राजकुमाराची ती गुलाबी पहाट
तिला केव्हा बरं घेऊन गेली
स्वत:कडं?
आता घोडा दाराशी अंगणात
अन् ती बंदिस्त
उंबरठ्याच्या आत.
आरोपाचं हत्यार उगारून
जाब विचारावा तर!
दिसत नाही कुणीच समोर...

मणामणांचे अदृश्य साखळदंड
अन् तो अंगणात बांधलेला
घोडा,
यामध्ये नियतीनं खेळलेला
नेहमीचाच खेळ!
पर्याय नाहीच!
असं आतातरी वाटतंय
पण, पुढं.... उद्या....
कुणी सांगावं!
एवढं मात्र नक्की की
दोन वाट्या अन्
चार काळे मणी
यातच सामावलं जावं
एवढं लहान आयुष्य
तिचं कधीच नव्हतं.

कुसळ

प्रश्न तिला पडतात
तिलाच पडतात.
उबदार, मऊ दुलई
पांघरूण बसलेले
तिचे प्रश्न
कमी काटेरी नसतात!
जगण्याच्या गदारोळात
नसलं जाणवत
तरी टोचतात तिला
कुसळासारखे.

टपटपलेली प्राजक्ताची फुलं

अंगणात रुक्मिणीच्या टपटपलेली

प्राजक्ताची फुलं पाहून

कोणतीही सत्यभामा

आज रागावत नाही

उलट,

मागून घेते ओंजळभर

फुलं

असून स्वतःचीच,

नारदाला बाजूला

ठेवून, ती

थेट संवाद साधते

तिच्याशी

अन् रोपण करते

हव्या असलेल्या

फुलाचं तिच्या

किंवा स्वतःच्या अंगणात!

शांततेचा थेंब

तो म्हणजे एक
प्रचंड कोलाहल!
शांततेचा उरलासुरला
थेंबही झिरपतोय
त्याच्या शरीरातून.
ठिबकतोय खोल,
जमिनीच्या अंतर्मनात!
त्याच्या मनाची
प्रत्येक नस याचना करतेय
शांततेच्या एका एका
थेंबाथेंबासाठी.
याचक म्हणून दारात
आलेल्या त्याच्या
रुख्यासुख्या जाणिवेसाठी
ती ओंजळीत टाकते त्याच्या
स्वतःजवळ जपून
ठेवलेला एक ओलसर क्षण!
अन् निथळून
भिंतीच्या कडेला
टेकून उभं करते
आपलं आयुष्य
पुन्हा त्याच्या परतण्याची
वाट पाहत!

मुक्ताई

आकस्मिक
विजेचा लोळ
कोसळतो
अन् नाहीशी
मुक्ताई होते.
ही विजेच्या अंगातील
धमक म्हणावी, की
मुक्ताईचा समजूतदारपणा!

सखी

खरंच सखी,
तुझ्या कष्टांची कमाल आहे.
बाहेरील संघर्षाला
आतून उत्तर देत
तू मूकपणे चालते आहे.
खरंच सखी,
तुझ्या कष्टांची कमाल आहे.

आजूबाजूचे लोक जेव्हा
अन्याय झाला म्हणून
ओरड करतात
तेव्हा तुझ्या चेहऱ्यावर उमटते
फक्त एक स्मितरेषा
त्याच रेषेत तुझं उत्तर दडलं आहे
खरंच सखी,
तुझ्या कष्टांची कमाल आहे.
झाडाझुडपांतून वाट काढत असता
तुझ्याही पायात कधी
एखादा काटा रुततो

तू क्षणभर थांबतेस
हृदयावर हात ठेवत
पायातील काट्याकडं पाहते
तू काटा काढत नाहीस
काटा काढून जागा आणखी
दुखवावी असं तुला वाटत नाही
खंबीर पायांपेक्षा खंबीर वाटेवर
तुझा अधिक विश्वास आहे
खरंच सखी,
तुझ्या कष्टांची कमाल आहे.

तळहातावरील ललाट रेषांची
संख्या किती हे न मोजता
एक अनेक संख्यात्मक
क्षितीज, तुझ्या मनात मोहरते आहे.
खरंच सखी,
तुझ्या कष्टांची कमाल आहे.

वाळवण

परवा, कपाट
आवरायला घेताना
हाताला एकदम मऊ,
मुलायम असं
काहीसं लागलं.
माझ्याच भूतकाळातील
आयुष्याची घडी होती ती
फार दिवसांपूर्वी
लागली तर काढू परत नेसायला
असा विचार करून मीच
माझ्या हातानं घडी करून
ठेवून दिली होती
आणि आज अशी अचानक
समोर आली होती
काहीच वापर न झाल्यानं
कुठं कसर, कुठं वाळवी
आणि माझ्या डोळ्यात
माझ्याही नकळत पाणी!
एकदा ऊन दाखवलंच पाहिजे
असं म्हणत हळुवारपणे
घडी उलगडून डोळ्यासमोर
धरताच,
कसरी, वाळवीतूनही

बचावलेले भूतकाळातील
असंख्य सुंदर क्षण
डोळ्यासमोर लोलक
होऊन चमकले
हळव्या क्षणांना
थरथरत्या मनाने
साद घालण्याच्या नादात
परत एकदा उन्हानं
पाठ फिरवली.
आता मी आयुष्याचं
वाळवण घालण्याचा
विचार सोडून दिलाय.
भूतकाळातील सुंदर क्षणांचे
हळवे काठ नेसत्या
आयुष्याला लावून देणारा
एक नवाच कारागीर
मला आता नुकताच भेटलाय.

तिचा प्रश्न

असं का ? उच्चरवाने
विचारलेला तिचा प्रश्न
आसमंतात घुमला
अन् मेरुदंड घेऊन
सरसावले पुढे तथाकथित
धर्ममार्तंड !

    होऊन गेलेल्या पण
    मुकाट खाली मान
    घालून जगून संपलेल्या
    पतिव्रता स्त्रियांची उदाहरणं
    ठेवली त्यांनी तिच्यापुढं ;

पण असं का ? तिचा प्रश्न
पुन्हा एकदा घूमला
आसमंतात
मग मात्र काढलं त्यांनी
तिच्याविरुद्ध
वापरावयाचं
सनातन अस्त्र

    जे वापरलं होतं
    सीता, द्रौपदी, मंदोदरीसाठी
    बदनामीच्या मिषानं
    धास्तावलेल्या तिच्या लज्जेनं
    घेतला पुन्हा एकदा
    तोच तो खानदानी पदर
    डोक्यावरून.

तिच्यासाठी नव्हती
पायाखाली,
पोटात घेणारी भूमी
दुर्योधनाची मांडी,
फोडणारा भीम,
वा जिवंत होणार नव्हता
कोणताही सत्यवान.
आसमंत व्यापून
उरणारा
तिचा तो प्रश्न
अजूनही सोडलेल्या
अनेक उपग्रहांबरोबर
घिरट्या घालतो आहे
अन् एकविसाव्या शतकात
पाऊल टाकणाऱ्या
तिच्यासाठी तीच
सतीचं वृंदावन
बांधते आहे.

मुक्ताई जेव्हा पाण्याला येते

भल्या पहाटे घागर घेऊन
मुक्ताई जेव्हा
पाण्याला येते,
तेव्हा
इंद्रायणीच्या संथ प्रवाहाला
जणूकाही वाचा फुटते
पाण्यावर उठणारे तरंगही
थरथरू लागतात
आणि रुक्मिणी मातेची
अबोल वेदना
बोलकी होऊन
पहाटेची नीरवता तिच्याशी बोलू लागते
'बाळे' शब्दांनीच जणू
मुक्ताई वेदनेच्या
कुशीत शिरते
सोसलेले टीकेचे घाव
डोळ्यातून इंद्रायणीच्या
पाण्यात पडू लागतात
आणि त्या
भल्या पहाटे या जगावेगळ्या
मायलेकीच्या
वेदना उराशी
कवटाळत इंद्रायणी
संथ वाहू लागते.

रिकामा वॉर्डरोब

आई म्हणाली,
'डोळे मीट'
मी मिटले.
'आता डोळे उघड'
मी डोळे उघडले.
माझ्या पसरलेल्या
दोन्ही हातावर तिनं
माझं अखखं बालपण ठेवलं होतं.
(झबलं, कुंची, वाळे, वडिलांनी दहावीला घेतलेलं
नंतर बंद पडलेलं घड्याळ! कायन् काय)
हे काय!
माझ्या विस्फारलेल्या डोळ्यांकडं पाहत ती
हळुवार स्निग्धतेनं म्हणाली,
'आज कपाट आवरायला काढलं होतं.
किती जपून ठेवलं हे सारं!
बरं वाटलं ना!
अगं वाटतंच!
तुझं बालपण असं कधी कधी
उराशी कवटाळून बसते बघ
तू गेल्यापासून
तूही बसत जा लेकीच्या बालपणासहित
अधूनमधून...'
तिच्या या म्हणण्यावर
मागच्या आठवड्यातच अखखा

रिकामा केलेला वॉर्डरोब
माझ्या डोळ्यासमोर नाचू लागला
मी आता काय कवटाळून ठेवू?
अन् माझ्या मुलीला
काय जपायला सांगू?
ती काय जपून ठेवेल!

काळाचा पट

प्रकाशाचा चांदणचुरा

निरभ्र आकाशात
टपोरा पूर्ण चंद्र
अंगोपांगावर हिरवळ
घेऊन नटलेली भुई
प्रकाशाचा चांदणचुरा
डोळ्यात भरून घेत असलेली,
तिला कळलं नाही
वेळ कसा संपला!
तेच सौम्य क्षण
पकडत
चंद्र उताराला लागला.

एकटेपण

गर्द निळ्या मेघातून
बरसणारा पाऊस,
हळूहळू नभाळ होत
गेलेल्या त्याच्या
डोळ्यांतील गहिरेपण
अन्
उघडमीट करणाऱ्या त्या
खिडकीतलं एकटेपण,
पावसासहित आकाशाला
कवेत घेऊनही
संपता संपत नाही !

नाळ

इतिहासाची झूल
पांघरलेला तो
खोदत बसतो
जमिनीखालच्या
अज्ञात वस्तू.
एखादी काचेची बांगडी,
शंख, अगदी ओबडधोबड
दगडही वेगळाच दिसतो
त्याच्या नजरेला.
अपूर्वाईनं जमवलेल्या
या वस्तूंची नाळ तो
थेट जोडतो त्याच्या
पूर्वजांशी, की जे
कधीच जमा झाले
आहेत, पुरातत्त्व विभागाच्या
जुनाट फायलीत.

मधे बरीच वर्षं निघून गेली

मधे बरीच वर्षं
निघून गेली,
कोवळी, टवटवीत, नावीन्यानं
भारलेली, भारावलेली,
उत्सुक, प्रवाहाच्या अनामिक
ओढीनं रसरसलेली.
कायमच एक अवखळ
बालजाणिवांचा उसळता
जागर मनात जागवित,
अशी बरीच वर्षं निघून गेली
नाही असे नाही,
पण ती तेवढ्यापुरतीच
त्यातूनही सावरून
आता चढणीच्या अशा
टप्प्यावर उभं आहोत की,
थरथरणारं खंतावलेपण
जाणवतं क्वचित
वळून मागं पाहताना.

अन् समोर पाहताच
इतक्या जवळ क्षितिज!
वाटतं,
नुसतं हात पसरताच
येऊन पटकन बिलगेल
हिरव्या जाणिवांनी ओथंबलेलं
मनातच घर करून
असलेलं
अवखळ आकाश.

पुन्हा कधीतरी

मला खूप काही सांगायचंय
बरंच काही तुझ्याकडूनही ऐकायचंय
पण, पुन्हा कधीतरी.

तुझा हात हातात घेताना
टाकलेलं पहिलं पाऊल अन्
त्याबरोबर मनात उसळलेल्या
कल्लोळांचे असंख्य तुरे,
याबद्दल एकदा सांगेन म्हणते
पण, असंच पुन्हा कधीतरी.

समोर गोड हळवी थंडी
असताना
असंख्य मर्यादांची नक्षी पांघरलेला
पदर खांद्यावरून लपेटून घेतला
त्यावेळच्या उमटलेल्या
घुसमटीबद्दलही
सांगेन म्हणते
ते पण पुन्हा कधीतरी.

तुला अजूनही 'त्या' पक्ष्याची
शीळ ऐकू येते
असं तू म्हणतोस.
तेव्हा तुझ्या असतेपणाची जाणीव
खोल पाझरत जाते
मी अजूनही जिवंत ठेवलेल्या
पिंपळपानापर्यंत
त्या पिंपळपानाची गोष्ट सांगेन
असंच पुन्हा कधीतरी.

आता तू सांग!
तू तेव्हा, त्यावेळी पांघरलेला
चांदण्यांचा शेला,
उन्हेरी कवडसे
अन् माझ्या बरोबरीनं
ऐकलेली दुःखाची ती
मंद सुरावट
त्याबद्दलही सांगायचंय
पण असंच कधीतरी
पुन्हा कधीतरी!

थोडं बोलू या निवांतपणे

ये, बैस जरा
थोडं बोलू या निवांतपणे.
आता, उगीचच कशाला उगाळायचे
सोसलेले ते
उन्हाळे पावसाळे?
फार तर खाली पडणाऱ्या
पागोळ्यांची रांगोळी
अन् ओंजळीतून
निसटलेली चमकदार, वाळू
पाहूया निरखून हवं तर!
पण ये, बैस जरा
थोडं बोलू या निवांतपणे.
झाडावरून
अलगद गिरक्या घेत
खाली पडणारं पिवळं पान,
त्याला वाऱ्यानं दिलेले
हलकेसे झोके
समजून घेऊया एका शहाण्या
जाणिवेनं.
अन् बघू या वळून
बुंध्याच्या कडेला
उगवलेल्या पोपटी पानांकडं,
तितक्याच समजूतदारपणे.

त्यासाठीच म्हटलं
ये, बैस जरा
थोडं बोलू या निवांतपणे.
हा बघ, आपल्या
घरट्यावरून जाणारा
नागमोडी वळणदार रस्ता,
केशरी होत जाणारे
फिकुटलेले आकाश
सावळी पण आता
गडद होणारी संध्याकाळ,
भरून घेऊ या
आपल्या अजूनही
ओलसर राहिलेल्या अंतर्मनात
आता तरी थांबशील ना!
सावकाशपणे.
म्हणूनच ये, बैस जरा.
थोडं बोलू या निवांतपणे!

कूस

अखंड टिकटिकत असणाऱ्या
घड्याळानं
अंधार पांघरूण गुडूप
बसलेल्या
घराला विचारलं
'किती वाजले'
यावर घरानं
अंधाराला अधिकच
कवटाळत फक्त
कूस बदलली
इतकंच!

झुंबर

मी एक झुंबर
नक्षीदार, काचेरी
अन् म्हणूनच
अधिकच हळवा, नाजूक.
वर्षानुवर्षं लटकलेल्या
अवस्थेत, छताला.
जमिनीपासून कितीतरी वर,
जाळ्या जळमटांच्या
गराड्यात अडकलेला मी
वाट पाहतो
त्या सोनेरी क्षणांची, की
ज्यादिवशी मला
स्वच्छ केलं जातं
घासूनपुसून.
पै, पाव्हण्यांच्या कौतुकमिश्रित
नजरेच्या अत्तराचे
चार थेंब पडतात अंगावर.
सणसमारंभाचं निमित्त साधून,
वाचला जातो पाढा
शतकानुशतकांचा अन्
खरवडून काढला जातो
जुनेपणाचा जाणता वर्ख.

मातीला पाय लाभण्याचं
सुख न पाहावून की काय
घाई केली जाते मला
पुन्हा वर लटकावण्याची.
तेव्हा शंभरी गाठलेल्या
अन् सदाच पाणवटलेल्या
त्या आजोबांच्या डोळ्यातून
ओघळलेला एकच थेंब
बेमालूमपणे
मिसळून जातो
झुंबरलेल्या नक्षीकामात!

शिळा

तिनं विचारलं,
त्यानं 'होय' म्हटलंदेखील
कोणास ठाऊक त्यात
किती युगं गेली
आधुनिक अहिल्येची
शेवटी अशी
शिळा बनली.

उरलेले श्वास

भला मोठा
दिंडी दरवाजा असलेल्या
वाड्याच्या भिंतीवरील
तितकंच जुनाट घड्याळ.
त्याचा टिकटिक आवाज
तेथील नीरव
शांततेला भेदूनही
उरतो आहे.
अन् एक जख्ख म्हातारी
सतत 'किती वाजले'
विचारून भंडावून
सोडते आहे.
ती काळ मोजते आहे!
की तिचे उरलेले श्वास!
घड्याळाची टिकटिक
अखंड चालली आहे.

मधे कुठंतरी

आता आहे आणि
नंतर नाही
यामध्ये कुठंतरी आपण
अखंड लोंबकाळतोय
फक्त ती तार
तेवढी दिसत नाही.

तडजोड

'तडजोड' या शब्दाच्या जाळ्यात
तिनं स्वतःला आयुष्यभर
गुरफटवून घेतलं.
काळाचा कोणताच परिणाम
उमटला नाही त्याच्यावर.
ते विटलं नाही, फाटलं नाही,
की विरलंही नाही.
चिरंतन, शाश्वत, टिकाऊ
या शब्दांचे अर्थ
हळूहळू जाळ्यातच
राहून तिला उमगले.

फोटो

'अय्या मॅडम काय
क्युट दिसत होत्या नं.'
फोटो डायरीतून खाली
घरंगळला अन्
चिमण्या चिवचिवल्या.
मग केस, बांधा, डोळे
काय न् काय
सगळं सगळं झालं
        (बाहेर पाहणं बस झालं;
        शिकवलं पाहिजे आतून पाहणं.)
        असं म्हणत पण गंभीरपणे
        मी रूपेरी केसांवरून
        हलकासा हात फिरवला.
        छोट्या आरशातून
        स्वतःला निरखीत अन्
        साडीची कडक इस्त्री
        हातानं चाचपत
        वर्गाकडं मोर्चा वळविला.

सुकाणू

'आई, मागं घट्ट धरून बस'
नाजूक, लाडिक, किनरा स्वर
कानाशी किलबिलला अन्
ती भानावर आली.
हेच स्वराचं गोड, लोभस
गोंडस गाठोडं
मागं बसवून संसाराचे कितीतरी सोपान
तिनं पार केलेले
आठवली तिला मधली खाचखळग्यांची
अशी कित्येक वर्षं!
पण गाडीचं अन् आयुष्याचंही स्टिअरिंग
तिच्या हाती कधी आलं बरं?
कितीतरी दिवसांनी
असं मागं पायावर पाय
टाकून बसताना
घेतलेला आरामाचा
दीर्घश्वास, माथ्यावर पळणारा
आकाशीचा चंद्र अन्
कानाशी बिलगणारा थंडगार वारा!
बस्स, आज इतकंच पूरे
पुन्हा कानाशी आवाज
किणकिणला
'आई, अगं जरा घट्ट धरून बस ना!'

स्वसंवाद

आपण आरशासमोर नसतो तेव्हा...

आपण आरशासमोर
नसतो तेव्हा
नेमकं कसं दिसतो ?
नाही पाहू शकत
आपण आपल्याला
डोळे फक्त
समोरचंच पाहतात
त्यांना कुठं आत
वळवता येतं ?
आणि आतल्या प्रकाशाचं
रूप न्याहाळण्यासाठी
दिवा बाहेर थोडाच
लावता येतो ?

निवांत

एका कातर संध्याकाळी
उबदार तळ्यात,
पाय सोडून,
स्वत:च्याच शेजारी
निवांत बसावं.
परत परत येऊन
बिलगणाऱ्या लाटांच्या
'त्या' कानगोष्टी
मनभरून ऐकाव्यात
गोळा केलेल्या उदासवाण्या
क्षणांचं,
बरोबर आणलेलं गाठोडं,
सोडून द्यावं अलगद,
समोरच्या उबदार तळ्यात.
अन् बसू द्यावं,
स्वत:लाच स्वत:च्या
शेजारी...
असं निवांत.
अगदी चांदण्यांचा किलबिलाट ऐकू येईपर्यंत.

मी जेव्हा उसळी मारते

मी अशी गढूळ,
धावते, झेपावते, वाहते,
वाहत राहते
माझ्यातल्या मलीनतेसह
थबकते मी,
माझ्या आतला घनगर्द
काळोख डुचमळतो तेव्हा!
दुखावून मीच सरतेशेवटी
उसळी मारते माझ्यातून
अन् आणून टाकते
माझ्याच काठावर
माझ्यातच तू विसर्जित
केलेलं तुझं निर्माल्य
संपून जातो सगळा
अंधार कल्लोळ अन्
वाहत राहते मी
स्वच्छ नितळ
काठाशी उभ्या असलेल्या
तुझ्या प्रतिबिंबासहित.

पडदा

मी आत
माझ्यासमोर खिडकीचा
हेलकावणारा पडदा.
मी मग्न कधी स्वत:मध्ये
तर कधी पाहतेय
समोर खिडकीबाहेर
सतत वाहत असलेल्या
इवल्याशा रस्त्याकडं.
रस्ता अखंड वाहतो आहे
मी आत तशीच न वाहता
मग्न स्वत:मध्ये!

इवलंसं निळं फुलपाखरू

मी तुला गृहीतही
धरत नाहीये
अन् अवास्तव अपेक्षा
तर
कधीच नव्हत्या माझ्या
पण माझ्या
नाजूक बोटावर
इवलंसं निळं
फुलपाखरू जेव्हा बसेल
तेव्हा तू काटेरी
झाड होऊ नकोस
इतकंच!

हे कधीतरी थांबेल!

हे कधीतरी थांबेल!
गुलाबी रंगाचं
पिवळट बनत जाणं
दु:खानं विनाकारण
भरजरी होणं,
हे थांबेल कधीतरी!
दगडानं इतकं विरघळून
जाण्याची अन्
मुळांनी आकाशाकडं
झेपावण्याची
इतकी आस, ती कशाला?
दरीनं मिरवावं की
आपलं खोलवर भिनत जाणं
अन् भोगू द्यावी
आपली उत्तुंगता
विशाल पर्वतालाही!

आकाश मुक्ततेचं

बंधनात आता मला तुम्ही
ठेवू नकाच केव्हा
पांघरलंय मी कधीपासून
हे आकाश मुक्ततेचं.
        पालवी फुटाया जेव्हा
        लागली पुन्हा मला नव्यानं
        कुऱ्हाड ठेवा हातातली
        तुमच्या लगेच खाली.
तारांगण चांदण्यांनी
माझं असं लगडलेलं
जाळीत होता तुम्हाला
हा मत्सर कधीपासूनचा!
        मी शांत मस्तीत पहुडता
        गवतावरती मऊशार
        पेंग डोळ्यात तुमच्या
        मला लखख दिसते आहे.

मौन

तू बांधत राहा चालीला
मी शब्द इथं गुणगुणते आहे.
तू सदाचाच, स्वमग्न
मी घेतलं आकाश कवेत आहे.
मी बोलणार नाही काहीच
मौन माझं
पुरेसं बोलकं आहे.

जपून ठेव

जपून ठेव,
निघताना मी घातलेल्या
सोनेरी उन्हाच्या घड्या.
कदाचित पावसात सापडलेल्या
तुझ्या गारठलेल्या मनाला
त्या अधूनमधून
चार क्षण उबेचे
नक्कीच देतील
अन् हे तर नक्कीच जपून ठेव.
बालपणी तुझ्यासोबत
खाल्लेल्या चिंचा, बोरे अन् आवळे.
कपाटाच्या खालच्या खणात
बघितलंस नीट तर
चिमणीचे दातही
सापडतील तुला त्याबरोबरच.
जाता जाता हेही
सांगीन म्हणते
व्हरांड्यात खिडकीच्या खाली
असंख्य कागदांचे कपटे
काहीबाही गिरगिटलेल्या
अक्षरात सापडतील तुला
तुझी वाट पाहत
तुझ्यावरच लिहिलेल्या
असंख्य कवितांचे कवडसे
आहेत ते,

त्यांच्यावर जरा
आरसा धरलास तर…!
तर तुझ्याबद्दलचे असंख्य स्वप्नपक्षी
त्यातून उडताना दिसतील तुला.
अन् शेवटचंच सांगीन म्हणते
दुधाच्या भांड्यावर झाकण ठेव,
गॅस बंद कर अन्
दार नीट लावून घे
असं कोणत्या विश्वासावर
म्हणू मी!
तुझ्यासाठी उभं केलेलं
दार तर सदैव
उघडंच ठेवलं होतं मी
याच छताखालून बाहेर पडलेला तू
आता कोणत्या पायवाटेवर
असशील कुणास ठाऊक.
पण फक्त एवढंच कर…
माझ्यासाठी कदाचित दोन
टीपं गाळलीस तर…
तुझ्या पावलाखाली
असलेल्या मातीतून दरवळणारं
चिमूटभर अत्तर
झुळझुळणाऱ्या वाऱ्यासोबत
पाठव म्हणजे झालं!
पण नकोच!
तेही ठेव तुझ्याकडंच जपून!

चरे

अजूनही ज्वालामुखीसारखा
वारंवार उसळून येणारा
राग आता जरा कमी कर
त्यातून उमटलेले शांततेवरील
चरे कितीतरी काळ
अस्वस्थ करत राहतात
मला अन् त्याबरोबर
तुलाही.

खिडकीचं मौन

हल्ली एक उन्हेरी

पट्टा

हळूच खिडकीतून

डोकावतोय

की

माझंच हल्ली तिकडं

लक्ष जातंय.

पण

खिडकीचं मौन

हळूहळू सुटतं आहे.

अजूनही मला

मला अजूनही
कविता करावीशी वाटते
तू घातलेल्या
चंद्रसड्यात पाय
भिजवावेसे वाटतात.
काळ्याभोर डोळ्यांवर
काळोखाचा पडदा
ओढून तुला
धुंडाळावंसं वाटतं.
तुझ्यातल्या त्याला
साद घालून
हाकारताना
मला प्रश्न पडतो
पण मी तरी
ती आहे का?
की अजूनही
तीच मी आहे!

कविता

अशाच एका
भारावलेल्या संध्याकाळी
ती त्याला
कवितेबद्दल सांगू लागते
'कविता आधी
मनात उमलते
मग डोळ्यांतून
पाझरते.
भरजरी पैठणीची
घडी अलगद उलगडावी
तशी उलगडत जाते कविता!
पदरावरील मोर
मग मनात नाचतात
दुःखाच्या काठावर
पक्षी येऊन बसतात.
कविता नदीसारखी
मनमुक्त वाहते
झऱ्यासारखी बागडते
अंधारलेल्या विहिरीत
स्वतःचा तळठाव शोधते.
नभाळ चांदण्याचं
गीत गाताना
स्वतःच आकाश होते.'
पण कविता आधी
मनात उमलते.

अगदी सहजच

डोळे मिटून घेतले की
हल्ली मला अधिकच
स्वच्छ दिसायला लागतं!
(मी तेव्हा असं सहजच
म्हणून गेले)
'दिसण्यापेक्षा तुझ्या
असण्यावरच माझा
जास्त विश्वास आहे.'
तेव्हा असं तूच म्हणाला
होतास
अन् आताही तसंच
म्हणतो आहेस.

स्वप्नगंध

एकदा निघायचंच
असं ठरल्यावर
मग मात्र तिनं
वेळ घालविला नाही
भिरभिरत्या नजरेनं
एकवार घराकडं
पाहून घेत ती अंगणात आली
थबकून समोर पाहत राहिली
चाफ्याच्या झाडाला बांधलेल्या
दोरीवर केव्हाची तिनं तिची
स्वप्नं वाळत घातली होती
         'काहीच नामोनिशाण ठेवायचं
         नाही, असं ठरवल्यावर मग
         माझ्याशिवाय ही स्वप्नं तरी
         इथं कशाला?
पोरकी होतील ना ती!'
स्वत:शीच बडबडत दोरीवरून
साडी ओढावी तशी स्वप्नंही
ओढली खसकन तिनं,
         साड्यांचं गाठोडं केव्हाच
         बांधून तयार झालं होतं
         आता एकदा स्वप्नांचं
         गाठोडं बांधलं की झालं!
नकळत त्या शब्दाभोवती
अडखळू लागलं तिचं मन,

खरंच! आपल्या स्वप्नांचं
गाठोडं केव्हा झालं?
इतस्तत: पसरलेल्या त्या
आपल्याच स्वप्नांकडं ती
अपूर्वाईनं पाहू लागली;
हरवून गेली; अन्
गालावर हळूच मोरपीस फिरलं.

नक्कीच! माझंच बालपण ते.
या घरात आल्यावर अंगणातल्या
दोरीवर पहिल्यांदा तेच तर
वाळायला घातलं होतं.
तेव्हा त्याचं तेवढं काही वाटलं नाही.
निघताना आईनंच तर कानमंत्र
दिला होता- 'इकडचं आता
सगळं विसर म्हणून.'

पण नंतर, पण नंतर मात्र
मनात जपलेली अनेक
हळुवार स्वप्नं त्या दोरीवरती
केव्हा जाऊन बसली
ते कळलंच नाही.
दोरी गच्च भरत गेली;
अन् इकडं रितेपण
मनात मावेनासं झालं.

स्वप्नांच्या हळुवारपणे
घड्या घालताना मनात आलं-
'यातलं कुठलं बरं स्वप्न
बरोबर न्यावं?'

'मोरपीस न्यावं का?'
पण त्याला म्हणे कुठल्यातरी
पुस्तकात ठेवून खायला
कुंकू घालावं लागतं!
अक्षरमैत्री केली म्हणून तर
कुंकवानं पाठ फिरविली ना!

        नकोच! कुठलीच स्वप्नं
        आता बरोबर नकोत
        पण, नको असली तरी
ती माझी स्वप्नं, माझी,
माझ्यासाठी निर्माण झालेली,
रुजवलेली, वाढवलेली, जपलेली
त्यांना असं गाठोड्यात बांधून ठेवू?
        त्यापेक्षा राहिनात का अशीच
        दोरीवर वाळत
        किमान ती वाऱ्यावर फडफडतील,
        डोलतील. त्यांचा रंगगंध
        माझ्या मागोमाग येईल.
त्या जपलेल्या परिचित
रंगगंधाच्या स्पर्शानं
अनोळखी दुनियेत एकटीनं
पाऊल टाकताना
तेवढीच मला त्या
स्वप्नगंधाची सोबत.

मी तर तुझ्याबरोबरच की!

सखी!
तू निघून गेलीस खरं!
सगळ्यांच्या हृदयात
आठवणीचं अत्तर
दरवळत ठेवत
तू मोठ्या डौलानं
त्या दुसऱ्या जगात प्रवेश केलास
कसं अवचित घडलं सगळं!
प्रत्येक निर्मितीच्या वेळची
तुझी तळमळ, तुझी वेदना
आणि नंतरचा तुझा
श्रांत, क्लांत पण तरीही
तृप्त आनंद
तुझ्याबरोबरीनं भोगलाय गं मी
आणि नंतर
सभासंमेलनात, मोठ्या दिमाखाने
तेही तुझ्याबरोबरच की,
तुझ्यातच राहून,
तुझ्या डोळ्यांनी
मीही सगळं पाहिलंय म्हटलं.
क्षणाचीही उसंत नसायची
तुला आणि त्याबरोबर मलाही;
पण आज आता त्यातलं
काहीच नाही
काय शांताबाई?

ही चिरपरिचित हाक
तर नाहीच नाही
तुझ्याशिवाय मी
आता किती दिवस?
असा मनात विचार येतो
तेव्हा आठवते तुझी
आश्वासक नजर
चष्म्याआडून लुकलुकणारे
आणि नित्य नव्या जाणिवेनं
हसणारे तुझे डोळे
खरंच की! तुझ्याशिवाय
मी नाही असं नाहीच.
त्या सर्वस्वी अनोळखी
जगात जेव्हा तू
पोहोचली असशील, तेव्हा
तुझी नजर भिरभिरत असेल
तुला जे हवं ते सापडताच
तुझं पेन झरझरू लागेल
चित्रगुप्त खोळंबून उभा असेल
'झालंच हं! एवढी शेवटचीच ओळ',
असं म्हणत, खोळंबलेल्या चित्रगुप्ताला
मृत्यूनंतरही कविता वाचून
दाखवत असताना
सखी,
मी तर तुझ्याबरोबरच
असेन की.

मनाच्या जाणिवा
मनाच्या जाणिवा

ऊब

माती शांत, तृप्त,
हिरवाळलेली.
पडणाऱ्या संततधारेनं
मनोमन सुखावलेली.
अंगाखांद्यावर बागडणाऱ्या
फुलपाखरांना
विसाव्याची ऊब देत
आत खदखदत असलेला
लाव्हारस ढकलते आपणच
एका कोपऱ्यात
बंदिस्त करून टाकते
भूतकाळातल्या त्या अस्वस्थ
क्षणांना अन्
निरखत राहते
मोठ्या अपूर्वाईनं
अंगाखांद्यावर बागडणाऱ्या
त्या फुलपाखरांचे
स्वप्निल रंगगंध!

हल्ली राग खूपसा येतो

हल्ली राग खूपसा येतो
पण दाटून मात्र नाही येत
भरून आलेला गळा,
पाणावलेले डोळे अन्
अडकलेला आवंढा
यातलं काही म्हणजे
काहीच घडत नाही.
स्वच्छ आकाशात कुठंतरी
एक पांढुरका ढगाचा तुकडा
अधूनमधून वेडावून
दाखवतो बस्स, इतकंच!
मुसळधार पाऊस कोसळण्याअगोदरचं
गच्च दाटलेपण
कुठं परागंदा झालंय
कोणास ठाऊक!
या सगळ्यावर हल्ली
फक्त राग येतो आणि
रागच येतो
बस्स! बाकी काहीच नाही.

झाडावरचं पिवळं पान

झाडावरचं पिवळं पान
फांदीला जरा झुकून म्हणालं,
पडलो असलो जरी पिवळा मी
हिरवटपण ना तरी गळाले!
　　हसली फांदी, आणि म्हणाली,
　　असं कसं हे वेड दिवाणं
　　बघ जरा की हसून बघती
　　शहाणी माझी कोवळी पानं
पान रुसून पिवळट होता
वाढे कुजबूज पक्ष्यांमध्ये
पोक्त शहाणी फांदी म्हणते,
असंच होतं कधी मधी
　　हळूच येता झुळूक वारं
　　पान गळालं देठापासून
　　हिरवे पिवळे भेदही विरले
　　फिरून माती अन् मातीपासून!

ऊन कोवळं

ऊन कोवळं तांबूस पिवळे
घिरट्या घाली दाराशी
पाहून त्याला जरा हासरी
हळूच लाजे तुळस मनाशी

नाजूक सावळी थरथर गाली
बघून हासती श्रावणधारा
जरा झेपावे मधून खोडकर
ओला चिंब अन् हट्टी वारा

सूर्य थबकूनी मुरडोनी पाहे
जीव अडखळे दिवसाशी
गोंधळलेली तुळस अशी ही
उभी प्राण घेऊनी कंठाशी

थबकत आल्या सांजसावल्या
आणिक आठव तुझा घेऊनी
उमलून माती कुजबूज करते
उभी अशी मी केव्हापासूनी!

पंखसावली

प्राणवायू फुंकून
मनाच्या कडेनं
लावलेली इवलीशी रोपं
भरकटणाऱ्या मनाला
देतात छोटीशी
पंखसावली
निघून जातं सगळं
मळभ अन्
पाझरू लागतं
मनाच्या कड्याकपारीतून
स्वच्छ, नितळ, हसरं पाणी
डोकावतात खिडकीतून
असंख्य आकाशपक्षी
आणि गुणगुणावसं वाटतं
इंद्रधनुष्यी सप्तरंगी
नभाळ गीत!

चिमखडी

करूनी आकाशाचा पाळणा
ढगांचा मऊसूत बिछाना
पाहूनी तान्हुल्या जिवाला
फुटतो धरतीला कसा पान्हा !
    आरास चांदण्यांची
    आत चिमखडी हासते
    ढाळी चवऱ्या पारिजात
    मनी वेदना सुखावते
इवल्याशा डोळूल्यांनी
पाही आकाश डवरलेलं
नाद पैजणांचा कानी
अन् कसं सारं भारलेलं
    जीव अजाण तरीही
    घेई अंधाराचा वेध
    चालल्या बाळलीला जरी
    सुरू दिगंतराचा शोध.

लपंडाव

एक ढग आतून
आतून खोल हलतो
विजेच्या केसांवर
फुलं थेंबांची माळतो
        पिवळ्या केशरी उन्हाचं
        मग सुरू होतं बागडणं
        नव्या नव्हाळीची माती
        घेतं आवरून वसनं
थेंबाथेंबांचा असा हा
सुरू होतो लपंडाव
फुलापानांची होते सुरू
झाडांसंगं चिवचिव
        आलं आलं बोलावणं
        ढग घेई आवरून
        मग काढीन रुसवा
        सांगे विजेला लवून
निवळून सारं कसं
होई शांत, निवांत
संपला कसा अचानक
मनातला हा आकांत !

शांततेचं पाऊल

एका निवांत क्षणी
तळ्याच्या काठी
शांततेचं पाऊल
अलगद उतरतं आत
मनाच्या गाभ्यात.
लाटा येतात, अलगद फुटतात
तरंग हलकेच उमटतात
विरूनही जातात.
कळीचं फूल होतं
निवांतपणे उमलतं,
फुलत राहतं त्याच्या गतीनं.
तिथं आकाशाच्या पापण्यांची
उघडमीट नाही,
कसला म्हणजे कसलाच
कोलाहल नाही
थोड्याशाही आवाजाचा
ओरखडादेखील नाही.
अशा तळ्याच्या काठी
त्या निवांत क्षणी
उमटतात अलगद
शांततेच्या पावलांचे ठसे,
उतरत जातात आत,
आत खोलवर मनाच्या
गाभ्यात.

थकलेला सूर्य

'किती दमशील?
बस जरासा निवांत'
दिवसभर वणवण करून
थकलेल्या सूर्याला
ती अपार मायेनं म्हणाली.
दिवसाच्या कलत्या प्रहरात
अनेकविध अनुभवांच्या
शिदोरीचं गाठोडं
वाहून वाकलेला
तो गलबलून गेला.
उन्हाचा पिसारा
आवरून धरत
तिच्या दुबळ्या मांडीवर
विसावला.
पदर फाटका जरी
तरी पान्हा तिचा
जडावला
श्वास उदयाचा असा, तिच्या
ओटीत थबकला.

आळसावलेले ऋतू

असा एखादा दिवस येतो,
सगळे ऋतू आळसावतात
पेंगत राहतात
जागच्या जागी,
झाडावर बसून डुलकी
काढणारा वारा,
जागवित नाही
सळसळणाऱ्या पानांना.
वाजत नाही एवढंसंही
आवाजाचं पाऊल
गुरफटून झोपलेल्या
मातीवर.
फक्त झाडांच्या शेंड्यांवर
चढून बसलेल्या
उन्हाकडं पाहत
कूस बदलतात
अन् पुन्हा पेंगत राहतात
आळसावलेले ऋतू.
अशावेळी
आपण काहीच
करू नये,
पिऊन टाकावी आजूबाजूला
पसरलेली निशब्द शांतता.
अन् मुरवत ठेवावं
आपणच आपल्याला
कूस बदलून झोपी
गेलेल्या ऋतूंबरोबर!

कातळ

गवतफुलांच्या डोळ्यांतून
ओघळणारे अश्रू
इच्छा असूनही नाही
पुसता येत
आकाशापर्यंत पोहोचलेल्या
झाडांना.
लाटा येऊन बिलगतात
फक्त किनाऱ्यापर्यंतच.
नदीला साद
घालण्याची ओढ
दाखवताच येत नाही
बिचाऱ्या विशाल
समुद्राला.
'तो' ही तसाच
'पत्थरदिल' असं ती समजते
खरं त्याला पण,
निर्मळ पाण्याचा झरा
मुळातून वाहण्यासाठी
कातळ व्हावं लागतं
हे समजावून नाही
सांगता येत त्याला.

लता

आतापर्यंत नुसत्याच
पुटपुटणाऱ्या ओठांना
फुटते जेव्हा
पालवी स्वरांची,
आकाशातून पाझरणारं
भिजरं हसू
हळूच लाजऱ्या वाटेनं
पोहोचतं
मुळांपर्यंत झाडाच्या.
होते पारंब्यांची बासरी
अन् अवघे ओठ
लता होऊन
बरसू लागतात
अखंड, अविरत

उंबरा उन्हाचा

नव्हतं चुकीचं अगदी
म्हणणं कधीच सूर्याचं
घाई केली, फक्त त्यानं
स्वतःला सावली शोधण्याची.
कलंडून उंबरा उन्हाचा
जेव्हा विसावा शोधला त्यानं
घेतली आवरून त्यानं त्याचीच
पिसारलेली किरणं
पेलेल का सावलीला
त्याचं असं हे विसावणं
प्रश्न तसे आहेत माझे
कधीचेच अन् जुने पुराणे.
आकाश पोरकं आता
अन् सावली भारावलेली
मी शोधते कधीची आहे
त्याचं नभाळ होणं.

उलघाल

तू विचारलंस्
मी होय म्हटलंदेखील
मधे एक अखंड रात्र
केवळ उलघालीची!
अंधाराचे डोळे सताड उघडे!
कशाचा वेध घेतायेत?
जाणीव जागृतीच्या फिकट
रेषेवर अर्धवट जाग आली
तेव्हा चंद्रानं केव्हाच
खिडकी ओलांडली होती.

नियती

झाडावर बसलेला
नियतीचा शेवटचा
घाव,
त्याला लपेटलेल्या
वेलीच्या डोळ्यातून
ओघळतो,
एक अश्रू बनून
अन्
त्याचवेळी
झाडावरचं घरटं
उठतं आवेगानं
गलबलून!

संवाद

उंच झाड, लहान
झाडाला म्हणालं...
'खुजा रे! खुजा!
शेवटी खूजाच
राहिलास ना!'
'छे! मी नाही खुजा
तू वाढलास विनाकारण
गरज नव्हती जाऊन
आकाशाला भिडण्याची
आकाशाचं नसताना
निमंत्रण!'

परतीच्या उन्हात

परतीच्या उन्हात
हळूहळू झाडांची
कुजबूज वाढली आहे.
बाळमुळांनी आपल्या
लाडिक हातांचा
घट्ट विळखा
खोडाभोवती घातला आहे
रंगीन, गवतफुलांना
अंगडं, टोपडं करण्यासाठी
फांद्या रिकाम्या
लगबगीनं सरसावल्या
आहेत,
आपणच घातलेला
दिवसाचा पसारा आटोपून
सूर्य नुकताच
कूस बदलतो आहे
अन् तेव्हाच
ढळत्या किरणांकडं
तिरप्या नजरेनं पाहत
ढळलेला अबोल पदर
दुधाळ जाईनं
सावरला आहे
परतीच्या उन्हात
झाडांची कुजबूज आता
अधिकच वाढली आहे!

उजेडापर्यंत उजाडण्यासाठी

माझ्यासमोर पसरलाय
एक लांबच लांब
नागमोडी वळणाचा रस्ता,
तो कुठं जातो, काय करतो
कोणाकोणाची सोबत करतो
त्याचं त्यालाच माहीत!

चालणाऱ्यांच्या असंख्य
सुखदु:खाची सल उराशी
बाळगीत हा
कुठं जाऊन पोहोचणार
आहे कुणास ठाऊक!

चार खांद्यांवरून जाणारा
एखादा वाटसरू असो, की
नवजात बाळाचं
चुंबन घेणारी सटवाई
त्यांना इच्छित स्थळी
पोहोचवणारा हाच!

उष्ण उन्हाचे सपकारे
अन् रिमझिम
पावसाची एखादी झुळूक
अंगावर वागविणारा हा
याला कुठं माहीत आहे
स्वत:चा उबदार
राजस विसावा!

काळाकभिन्न मध्यरात्रीच्या
सोबतीनं हा फक्त चालत राहतो
उजाडेपर्यंत,
उजाडण्यासाठी!

किनारा

किनारा गप्प गप्प असतो हल्ली
पाहतो नि:शब्दपणे
पापणी न हलवता
		क्षितिजापर्यंत पसरलेल्या
		सागराकडं
		लाटा येतात, किनाऱ्याच्या
अंगाखांद्यावर लडिवाळपणे
नाचतात
मनावर आता त्याच्या
		कसलेच रोमांच उठत नाहीत
		आता किनाऱ्यावर
		छोटी पावलं दुडुदुडु धावत नाहीत
फिरून पक्ष्यांचे थवे
घरट्याकडं परतत नाहीत
भयाचं सावट इथलं
		काही केल्या संपत नाही
		सलज्ज थरथर, हळुवार कुजबूज
		कुठंच काही घडत नाही
आतून ढासळून गेलेला किनारा
अजूनही सावरत नाही.

झाडं जरा गडबडीतच होती...

झाडं जरा गडबडीतच होती
पाणी भरून ठेवायचं होतं
अन्न साठवायचं राहिलंच होतं
मुळांनाही जरा दिलासा
द्यायचा होता.
    अंगाखांद्यावर खेळणाऱ्या
    कळ्यांना उमलत्या वयातल्या
    कानगोष्टी सांगायच्या होत्या.
कुठं वेळ होता त्यांना
बुंध्याशी होणाऱ्या सलज्ज
लाजऱ्या गुजगोष्टी ऐकायला
अन् वृद्धत्वाच्या कण्हणाऱ्या
व्यथा चघळायला?
    गळणाऱ्या पिकल्या पानांना
    निरोप देताना
    डोळ्यातून ओघळणारा शेवटचा
थेंब रोखून धरायला हवाच होता
कारण फुटणारं नवीन पान
आपल्या तान्हुल्या नजरेनं
केव्हाचं त्याच्याकडं पाहत होतं
म्हणून झाडं जरा गडबडीतच होती.

आध्यात्मिक

दाट पसरलेलं धुकं

सभोवती पसरलेलं
दाट धुकं,
पायवाटा तर केव्हाच
दिसेनाशा झाल्यात.
क्षीण, मिणमिणत्या दिव्यात
चाचपडणारं शहर.
उदास तळ्यातलं पाणी
आपलं तरंगपण
हरपून बसलेलं
अशा तळ्याच्या काठी
केव्हापासून बसलं आहे
माणसाचं बाळ.
नजर रोखून
दाट पसरलेल्या धुक्यात
काय शोधत असेल बरं ते?
अजूनही न विझलेल्या
आतल्या ठिणगीवर
फुंकर मारावी? की
हरवून जावं समोर
पसरलेल्या दाट धुक्यात
पायवाटेसह!

सगळं आतच तर आहे!

एकदा, फक्त एकदाच
तिनं डोळ्यांना
वळवलं आतल्या बाजूला
अन् दाटून आलेल्या
आश्चर्यासहित पाहात राहिले
तिचे डोळे, जे दिसेल ते.
सूर्याचं प्रखर तेज
आणि चांदण्यांची शीतलता
यांची गळामिठी दिसली
त्या आत वळलेल्या डोळ्यांना.
जागोजागी लागलेला
मुकामारही विव्हळत
पडला होता एका कोपऱ्यात.
अन् आत कुठं तरी
झिरपणाऱ्या नितळ स्वच्छ
पाण्यावर साठले होते
भावनांच्या कोंडमाऱ्याचे
हिरवे गर्द शेवाळ.
तिच्या डोळ्यांनी आता
ठामपणे बाहेरचं
पाहणंच नाकारलंय.
सगळं आतच तर आहे!
तिचे दोन्ही डोळे एकमेकांशी कुजबुजतात
अन् बाहेरचं सगळं
नाकारून पापण्या आत वळवतात.

नद्यांनी पाठ फिरवलेला समुद्र!

तो उभा
शांत किनाऱ्याकडं
पाहत,
आत निळ्या जांभळ्या
जाणिवांचा उसळलेला
समुद्र.
अनुभवलेल्या काटेरी
क्षणांचा डंख अजूनही
ठसठसतोय.
वेदनेच्या लाटा
पुन्हा पुन्हा येऊन
आपटताहेत
न संपणाऱ्या किनाऱ्याशी.
पण तरीही तो उभा,
शांत, सगळ्याच नद्यांनी
पाठ फिरवलेल्या एकाकी
समुद्राच्या किनाऱ्यापाशी.

भरजरी हसू

शेवटी पदर फाडलाच तिनं
आपल्या भरजरी शालूचा
अनेक थरथरत्या
जखमांवर हळवी
फुंकर मारणारा तो,
अन् पाच पती असूनी
कायम रिकाम्या पोकळीत
भोवंडणारी ती
त्याच्या जखमांना
मलमपट्टी करीत होती की
स्वत:च्याच रिकाम्या जागा
भरत होती!
फक्त त्याचं भरजरी हसूं मात्र
भरजरी, पदराबरोबर
बोटाशी गुंडाळलं जात होतं
अविरत, अखंड, अनाहत.

हे विश्वकर्त्या

हे विश्वकर्त्या,
हे विश्व तुझ्यामुळंच
चाललं आहे
हे मला माहीत आहे;
पण ते क्षणभरच
सकाळच्या पहिल्या प्रहरी
तुझ्यापुढं मस्तक टेकवताना
हे विश्वकर्त्या, मी तुझे
अनन्यसाधारणत्व मान्य करते.
पण, नंतर माझं मस्तक
इथं, तिथं आणि तिथंही
टेकते नव्हे, नमवावं लागतं
तेव्हा तुझ्यावरचा माझा
विश्वास डळमळीत होऊ लागतो.
मी पराकाष्ठेनं मला स्थिर
करण्याचा प्रयत्न करते.
थकून जेव्हा मी
सायंकाळी माझ्यातल्या
'मी' ला थांबवते
तेव्हा तू मिश्कीलपणे
हसत माझ्यासमोर
उभा राहिल्याचा
मला भास होतो.

'थकलीस?'
कुठूनतरी कानावर
ध्वनी कोसळतो,
'ये' मी पुढं सरसावते
सावरतोस तू मला
हात देऊन.
तुझा स्पर्श असा वाटतो की
मी तुझ्यात केव्हा एकरूप
होते माझं मलाच
कळत नाही.
तू मात्र आश्वासकपणे
उद्यासाठी माझ्यातल्या
'मी' ला आकार देत राहतोस.

निसर्ग

पावसाचं बाळरूप

अंगडं टोपडं घालून
दुडुदुडु धावत येणारा पाऊस
तिच्यासमोर कसा सरसर
मोठा होत गेला,
बघता बघता घनदाट झाला.
आता पावसाचं जंगल
जंगलातला पाऊस
समोर नुसतं धुकं आहे.
पावसाचं बाळरूप अजून तिच्या
पापणीवर थबकून आहे.

निद्रिस्त रात्र

एक थंडगार
नीरव शांतता.
थकून निजलेले रस्ते.
दिवसभराच्या आठवणींची
रजई पांघरून
झोपी गेलेलं शहर.
सर्वांच्या श्वासाची संथ
गाणारी लय.
अन् पेंगणाऱ्या वाऱ्याबरोबर
निद्रिस्त रात्रीवर
अविरत कोसळणारा
भाबडा पाऊस.

हिरव्या पानांची स्पंदनं

झाडांना जीवनरस
पोहोचविण्याचं काम
मुळांनी केव्हाच बंद केलं.
करपलेली, कोमेजलेली
पानं गळून जमिनीवर
पडू लागताच
गलबलून आलं तिलाही.
आपल्याच कोशात वेटोळं
करून असलेल्या त्यांच्याकडं
पाहत
सोडले तिने आपल्या
अंत:स्थ झऱ्यावरचे
निर्बंध.
मुक्तपणे वाहू दिलं
स्वत:लाही त्यांच्याबरोबर.
आता झाडांच्या शेंड्यावर
नव्यानंच उमटलेली
हिरव्या पानांची स्पंदनं
केवळ
तिचीच तर आहेत.

मौन पांघरलेला वृक्ष

तिच्या आत सतत हिरवाईनं
सळसळणाऱ्या वृक्षानं
मौनपणाचे पांघरूण
कसं घट्ट वेढून
घेतलं आहे.
अर्धवट उघड्या फटीतून
सूर्याचं किरण
पोहोचलंच आत तर
घट्ट मिटून बसलेल्या
त्याच्या मौनावर
आदळून परत फिरतात बिचारे.
थंडावलेल्या पक्ष्यांचा
किलबिलाट हळूहळू
जाग आणतो आतल्या
पाझरणाऱ्या जिवंत
झऱ्यांना.
भरून आलेलं आभाळदेखील
निवळू लागतं खरं!
पण ते तेवढ्यापुरतंच

परत परत भरून
येऊ लागतात
आभाळाचे निळे डोळे
अन् मौनपणाचे पांघरूण
अधिकच घट्ट वेढून
स्वतःला आकसून घेतो
हिरवाईनं सळसळू पाहणारा
तिच्या आतला 'तो' वृक्ष.

चंद्र जेव्हा फिरायला निघतो!

चंद्र फिरायला निघतो
टाकतो पाऊल आकाशाबाहेर.
उंबरठ्या बाहेरच्या जगाचा
कानोसा घेताना,
भिरभिरतात अनोख्या जाणिवेनं
त्याचे बाळ डोळे.
तयार असतो तो,
त्याच्यासारख्याच बाळगोपालांबरोबर
चंद्रगोल खेळायला,
पण, लुकलुकत्या चांदण्यांकडं
पाहण्याऐवजी बंदिस्त असते
हरवलेली संवेदना
बंद दाराआड अवघ्या
बाळपणाला चिरडून.
मग चंद्र बाहेर पडतो
समंजसपणे आपल्याच
बालपणातून
अन् नव्या नव्हाळीनं
न्याहाळू लागतो चंद्रप्रकाशातली
नवथर कुजबूज,
चंद्रच होतो लाजून केशरी,
अंगावर काटा
फुलण्याच्या जाणिवेनं!
पण, कुठंच ऐकू येत नाहीत

त्याला लाजऱ्या
प्रेमगीतातली कंपनं
दिसत राहते त्याला
अवघी भावव्याकुळता
यंत्राच्या बेसूर हिंदोळ्यावर
हिंदोळताना.
आता चंद्र केव्हाच
आकाशाच्या पलीकडं
पोहोचलाय,
वृद्धत्वाचे उघडमीट करणारे
विकल दीप आपल्या
चंद्राळ डोळ्यांनी पाहण्याची
ताकद आता त्याच्यात
उरलीय कुठं?
ढगांचा अंगरखा घालून
निद्रेच्या कुशीत त्याला
आता गाढ झोपी जायचंय फक्त!
अनंत, अनादी आकाशाच्या
चेहऱ्यावर आता एक
लालस स्मितरेषा
उमटते आहे.
उगवतीकडून सूर्य
येतो आहे.
सूर्य उगवतो आहे.

झाडाचं हसू

तिरपा कटाक्ष टाकीत
सावलीच्या कडेकडेनं
चाललेलं ऊन,
झाड बघून जरा
विसावलं.
ऊनच वसतीला
आलेलं पाहून,
हसू झाडाचं
हळूच
खाली घरंगळलं.

बिघडलं कुठं?

चांदण्यात
मनसोक्त नहावं
असं उन्हाला वाटणं
साहजिकच नाही का!
जमिनीच्या कुशीत
शिरून,
आसवं गाळण्याचा
अधिकार आकाशानं
मागितला
तर,
त्यात चूक ती कसली?
अन्
समुद्रानं नदीकडं
झेपावून,
समर्पित व्हायचं
ठरवलं तर!
बिघडलं कुठं?

हळवी दुपार

शांत, निवांत पण
          आळसावलेला पाणवठा
मधूनच डुलक्या घेत
          अंगोपांगावर लपंडावाचा
खेळ मांडून बसलेल्या
          पक्ष्यांकडं हलकीशी
नजरभेट करणारे वृक्ष
          मजेत शीळ घालणारा
एखादा चुकार ढग
          सगळ्या वातावरणावरच कशी
दाट साय धरलेली
          वाऱ्याच्या हलक्या
झुळकीसरशी हळुवार
          थरथरणारी.
'कसा वेळ गेला कळलंच नाही.'
          मनाशीच पुटपुटत
पाण्यात पाय सोडून
          बसलेल्या दुपारनं
एक हळवा उसासा टाकला
          क्षणभर वातावरण डहुळलं
नेमका तोच क्षण पकडत
          संध्याकाळच्या सावल्यांनी
आपले पंख पसरले.

जीवन

पर्याय

घोंगावत येणारा
सोसाट्याचा वारा की,
मंद, सुखावणारी झुळूक?
त्याने समोर ठेवलेले
दोन पर्याय -
तिचं मंद स्मित.
आता त्याचं कधी
सुसाट कोसळणं तर
कधी अलवार झुळूक
होऊन नुसतं स्पर्शून जाणं.
पण जाणवत राहतं
त्याचं आवतीभोवती असणं.

खिडकीतून दिसणारं आकाश

माझ्या खिडकीतून
दिसणारं आकाश
त्या आकाशाचा अर्थ
खिडकीपुरताच असतो?
की पसरलेलं असतं
ते त्याच्याही पलीकडं
अथांग, अनंत.
तू असतोस बघत
तुझ्या खिडकीतल्या
आकाशाकडं
एकमेकांचं आकाश
पाहू न शकणारे आपण,
केवळ गज पकडून उभे असतो घट्ट.
मनात विचार चमकतो
कोणत्याही खिडक्या अन्
गज नसलेलं
दोघांचं आभाळ
एकमेकांजवळ येऊन
असतील का बोलत
आपल्याविषयी?
विचार चमकतो, जातो.
आपण उभे, खिडकीपाशी
गज पकडून, घट्ट.

सागराचं प्राक्तन

नदी धावते
काठावर विसावलेल्या
माणसांच्या मनातली
उद्रेक, चीड, असहायता
पोटात घेऊन आवेशानं
धावत सुटते,
नितळ स्वच्छ सागराकडं.
अपरिहार्य असतं
तिचं सागराकडं येणं
अन् विकार वासनांसहित
त्याच्या पोटात सामावून जाणं
काठावरच्या गढूळतेसह
तिचा स्वीकार
हेच प्राक्तन
निमूटपणे मान्य करतो
तो अथांग सागर.
अन् हसत राहतो
वेदना उराशी
लपवत निरागस
लाटांबरोबर.

नदीला धावणं भाग आहे

पर्वताचे डोळे हल्ली
उगाचंच भरून येतात!
अन् कुठंतरी चार-दोन
थेंब गालावरून
ओघळतात.
वळसा घालून जाणारी
नदी त्याला
थांबवता येत नाही.
समुद्राकडं जाण्याची तिची
लगबग, त्याला काही
केल्या उमजत नाही.
खरंतर समुद्रालाही आता
नको असतं तिचं
असं येणं, भरकटल्यासारखं
नाचरे चाळ पायात
बांधून बेलगाम धावणं.
पण प्राक्तन कुणाला
चुकलंय, धावणं भाग आहे,
उरात तडफड, मनात कासाविशी
सतत काहीतरी
सलतं आहे
पण प्राक्तन कुणाला
चुकलंय, नदीला धावणं भाग आहे.
नदीला धावणं भाग आहे.

रस्ते धावत राहतात!

रस्ते धावत राहतात
ऊर फुटेपर्यंत,
धावतात, पडतात, कोसळतात.
पुन्हा धडपडत, उठत
धावत राहतात,
मुकाट उभ्या असलेल्या
झाडांच्या सावलीखाली
विसावण्याचं भान त्यांना
नसतंच मुळी
कुठं पोहोचायचंय त्यांना?
झाडांच्या चेहऱ्यावर
उमटलेल्या प्रश्नचिन्हाला
बगल देण्याचं कसबही
मिळवलंय रस्त्यांनी
स्वतःबरोबर धावणाऱ्या
माणसांकडून!

चूल पेटती ठेवायलाच हवी

एक जुनाट धुरकट वाडा
चितारलेल्या बाळलेण्यातून
कधीकाळी बोलक्या
असलेल्या,
पण आता मौन
पांघरलेल्या काळसर भिंती,
असंख्य खोल्यांमधून
वेढून राहिलेला अंधार,
आठवणींच्या पिंपळपारावर
प्रारब्धाचा हिशेब
जमवीत बसलेली
जुनीखोडं अन्
कुठंतरी दूर
कोपऱ्यात एका भल्या
मोठ्या चुलाणावर
आपलं आयुष्य ढवळीत
बसलेली जर्जर म्हातारी.
वाट बघतेय
उगवतीच्या खिडकीखाली
ठेवलेल्या बाजेवरील
एकुलत्या एक वेदनेला
अंकुर फुटण्याची.
तोपर्यंत तरी तिला
चूल पेटती ठेवायलाच हवी!

समुद्राला नाकारणारी नदी

समुद्राची वाट
मुकाटपणे धरणाऱ्या
नद्यांचं तिला नेहमीच
अप्रूप वाटत राहिलंय
म्हणूनच की काय
धाडस करून एकदा
तिनं नाकारलं समुद्रालाच.
वाहत राहिली बेबंदपणे
आपणच निर्मिलेल्या
वाटेनं.
खाचखळगे, चढउतार
डोंगरदऱ्या काय न काय
समुद्रतळी विसावण्याचा
तो क्षण नाकारून
जपत राहिली आपलं
वाहतेपण.
आता समर्पित झालेल्या
नद्या समुद्रासह
पाहतात जेव्हा तिच्याकडं
असूयेनं
काठांच्या जिवणीतून
दोन्ही तीरावर
फेकत राहते ती तिचं
तेच फेसाळतं
खळखळणारं हास्य!

वडील गेल्यानंतरची आई

वडील गेल्यानंतरची
आई, कायम काहीतरी
पुटपुटताना दिसते.
विचारलं तर, असंच
काहीतरी आपलं जुनंपानं!
म्हणत थरथरते, अधिकच
हळवी होते.
कपाटापाशी
सतत काहीतरी शोधणं,
आणि काहीच न सापडणं
हे तर नेहमीचंच
होऊन बसंलय.
विचारलं तर तेवढाच वेळ पटकन सरकतो पुढं,
असं म्हणताना,
चमकतात तिचे विझू
पाहणारे डोळे.
बाहेर गेलेल्या वडिलांची
वाट पाहात काळजी करत
बसलेली तिची आकृती
पाहण्याची सवय असलेली मी!
आता कोणीच येणार नसतं
बाहेरून
अन् काळजीही कायमची
संपलेली असते तिची
वडिलांबद्दलची.

तरी दाराकडं, घड्याळाकडं
ती का बरं सारखी
बघत असावी?
खरंच उमजत नाहीत
काही काही कोडी!
कधी कधी वेळ पटकन्
गेला असं म्हणते तर
वेळ जाता जात नाही मेला
हे पालुपदही तिचंच असतं.
आजूबाजूच्या वर्तमानातल्या
आवाजांशी फारकत घेतलेल्या
तिच्या कानात, आठवणींची
पावलं मात्र बरोबर
नेमक्या वेळी वाजतात.
अन् उघडून बसते ती
केव्हाही वेळी अवेळी
करकरणारी मनाची कवाडं.
उघडून बसलेल्या आठवणींच्या
पोतडीतली एखादी
मखमली आठवण मात्र
थरथरणाऱ्या
चिमटीत हळूच पकडून
वडील गेल्यानंतरची
आई कायम काहीतरी
पुटपुटताना दिसते.

आपलं असंच

माझं काय
मला काय
कधी वा म्हणावं
कधी ओ म्हणावं
आयुष्य काय
चाललंय आपलं
निरर्थक, मळभ दाटून आलेल्या
आकाशाच्या छताखाली.
दिलासा एवढाच आहे की,
आज जुन्याच पुरातन
वृक्षाच्या भरड खोडाला
नुकताच हिरवा
देठ फुटलाय.
बाकी असंच चाललंय,
अनावश्यक श्वासांचे
फुत्कारे टाकत
अखखं आकाश
माखून गेलंय धुळीनं,
होड्या उभ्या आहेत
किनाऱ्याला
शांतीची याचना करत
अन् माझं काय, चाललंय
आपलं असंच
पण लक्षात असू द्या
तेवढा देठ मात्र
नुकताच फुटलाय
बाकी काही नाही
आपलं असंच!

तिसरी घंटा

नुकतीच,
तिसऱ्या घंटेची वेळ होत आहे
पडदा वर जातो आहे
तिनंच बसवलेलं
मूकनाट्य,
तिच्याच घरातलं.
घंटा देणारी तीच
रोज तालीम घेणारीही तीच
रोज तोच देखावा
तिचं भांडणं, तेच रुसवे फुगवे
अन् स्कीट लिहिणारा
पॉपकॉर्न चघळत
रिकाम्या खुर्चीत बसून आहे.
अन् फक्त आता
तिसरी घंटा बाकी आहे!

कात

तिचं येणं म्हणजे
पडद्यांची हलकीशी
सळसळ,
तसबीरीतल्या मोरांची
नाजूक किणकिण
काचेरी फुलदाणीतलं
जपलेलं बावरलेपण
अन् हळूच नजाकतीनं
केलेलं सडाशिंपण!
त्याचं येणं म्हणजे
अखख्या घराला
जाग येणं,
वास चहाचा दरवळणं.
स्वयंपाक निगुतीनं
रांधणं,
हवं नको असणं,
नाही, नको करणं
सगळ्या भिंतींनीचं
जणू कात टाकणं!

मोर

फ्रॉकवरील मोर दाखवित
        इवलीशी नात आजीला विचारते,
'आजी, कधी मोराला
        पाहिलास का गं?'
'होय गं बाळे, लग्नाआधी एकदा
        नाचला होता मोर,
मनातल्या मनात,
        लग्नानंतर किती पाऊस गाणी
गायली त्याच्यासाठी तरी
        नाही रमला बरं अंगणात.'
'आजी, हा बघ मोर!'
        नातीचाच मोर झाल्याचं
बघून आजी खुदुखुदु
        हसली गालातल्या गालात.

आशावाद

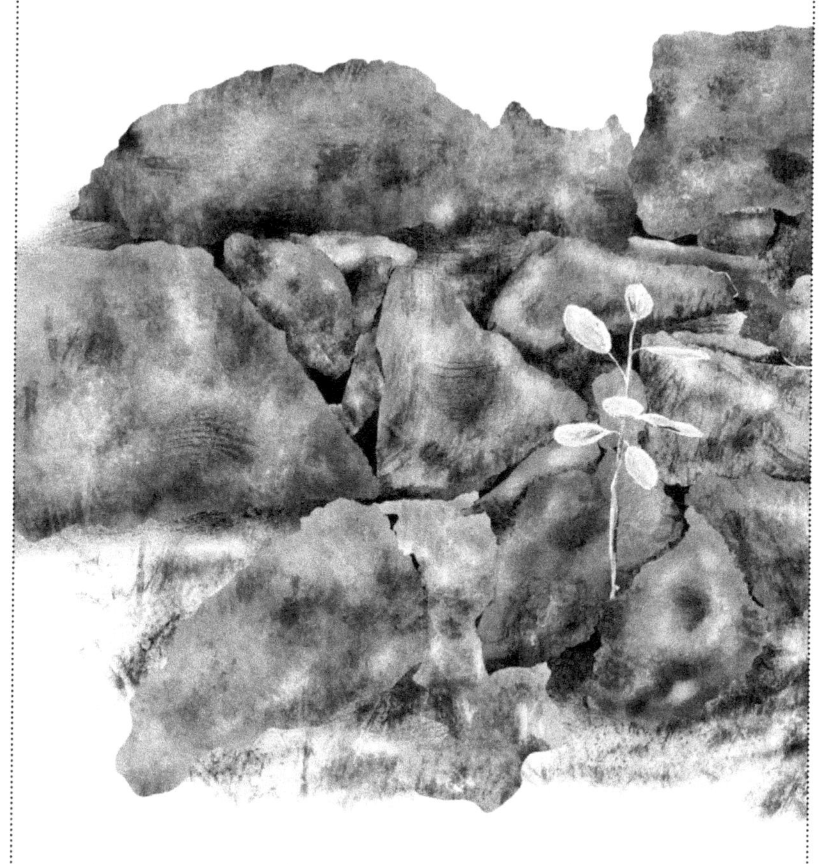

त्या सरत्या रात्री

केव्हातरी सरत्या रात्री
अखेर तो जल्लोष शांत झाला.
आपली सुखवस्तू दुःखं
रिकाम्या झालेल्या पेल्यात
रिचवत,
तरंगत्या डोळ्यांसहित
नवश्रीमंत मिडी, मॅक्सीसहित
परतू लागले.
मध्यमवर्गीयांनी नवसंकल्पांची
सुरळी दुलईसहित
डोळ्यांवर ओढली
अन् क्षीण झालेला चंद्र
कण्हत कुंथत परतू लागला
तेव्हा फक्त,
एक गरिबाची माय
आपल्या उघड्या वाघड्या
पोराला खसखसून
अंघोळ घालत होती.
सूर्य निर्विकार हसत
हळूहळू वर येत होता.
बस्स, बाकी त्या सरत्या रात्री
काहीच घडलं नाही
एवढंच!

सूर्यपुष्प

एका उमलत्या हसऱ्या सकाळी
कोवळं बाळऊन, बागडत
शिरतं तिच्या घरात, तेव्हा
ती मग्न असते अन्नपूर्णेच्या
अवतारात.
रांधत असतात तिचे हात
एका लयीत, एका नादात,
आपल्या बाळसेदार हातानं
तिला लपेटून घेताना
वरणभाताचे चार शिंतोडे
पडतात त्याच्याही बाळमुखात.
नीरव शांततेच्या प्रहरी
त्याला कुशीत घेऊन
जोजवताना जडावतो
तिचा रिकामा पान्हा.
अन् अपार वात्सल्यानं
मिटू पाहणाऱ्या डोळ्यांना
त्या सरत्या प्रहरी तिच्या
रिकाम्या ओटीत खिदळताना
दिसतं एक पूर्ण उमललेलं
सूर्यपुष्प.

फट

आदल्या रात्री भिजत
ठेवलेल्या कडधान्याप्रमाणे
शब्दालाही मोड फुटतो
तर...
तर दोन शब्दांच्या
फटीतून पाहता आले असते
वेदनेनं व्याकुळलेलं आकाश
अंती सगळं तिच्याच
तर ओंजळीत आहे.
जटायूची पंखभरारी
अन् धुळीत चमकणारा
इवलासा दवबिंदू पण,
पण त्या
दोन शब्दांमधली ती फट...
तेवढीच बुजवता आली
असती तर...
तर सगळं तिच्याच
तर ओंजळीत होतं
पण...!

घरंगळणारे क्षण

तेव्हा आपण नाही
म्हटलं हे तसं
चांगलंच झालं नाही का!
निदान त्या क्षणांचं
गर्भगळीत होणं तरी
वाचलं असावं!
अन् म्हटलंच असतं
हो तर!
तर आकाशानं
घरंगळणाऱ्या त्या क्षणांना
नक्कीच,
कवेत घेतलं असतं
हो ना!

पानफुटी

त्या सकाळी
कवितेचं बी
कुंडीत लावून
तिनं कोवळ्या
उन्हात ठेवलं
ती आता वाट पाहते आहे
नवीन पानफुटीची.

दुःख

आकांत

दु:खालाही एकदा
लावली जरतारी किनार
की, सगळंच
होऊन जातं सोप्पं.
मिरवता येतं त्याला
बोटाला धरून दिमाखदार
शाही सोहळ्यात.
नटवता येतं त्याला
आपल्याला हवं तसं अन्
डबडबून आलेल्या त्याच्या
डोळ्यात काजळकाडीची
लांबट रेघ ओढत
मिटवून टाकता येतो
पापण्यांच्या आत,
त्याचा उसासून आलेला
आकांत!

पानगळ

एकदा का पानगळ
सुरू झाली की,
झाडाच्या आत खोलवर
वाहू लागतो
अश्रूंचा महापूर.
जो वाहत येतो
मुळ्यांमार्फत तिच्यापर्यंत
उभी असते ती झाडांचा
तो मूक आकांत पाहत.
येतात तिच्यापर्यंत वाहत
पिकल्या पानांची
सार्वकालिक दुःखं,
नवजात अर्भकांची
बाळमुळं,
आणि हिरव्या कोंबाची
चैतन्यदायी सळसळ.
पण, त्या अगोदरचा
झाडांचा तो आकांत
झिरपतो, झिरपत जातो
तिच्या आत,
अगदी खोलवर.

तिच्या दुःखाची चव

दुःखात बुडवून
काढलेला आयुष्याचा
तुकडा
जरा अधिकच चविष्ट लागतो
ही जाणीव होता क्षणी
दुःखाला ती
अधिकच कवटाळून बसली.

दुःख

सगळी झाकपाक
आवरून निवांत बसताना
जाणवलं!
आज कशी कडाडून
भूक लागलीय.
काय करावं बरं!
धडपडून उठत तिनं
सगळे डबे चाचपून बघितले
बहुतेक सगळे रिकामेच होते.
शेवटच्या एका डब्यात थोडं
दुःख शिल्लक होतं.
असावं गाठीला म्हणून
तिनंच ते अडीनडीला
काढून ठेवलं होतं.
न राहवून तिनं सरतेशेवटी
तेच मळायला घेतलं.
डोळ्यावाटे वाहणाऱ्या
खारट पाण्यात चांगलं
तिंबून भिजत ठेवलं.
त्यातच थोड्या बोथट
झालेल्या रागाचं तिखट
कालवून झणझणीत केलं.
वाटीचं साचेबंद माप घेऊन
दुःखाची पुरी तयार झाली.
अहो, चांगलीच फुगून वर आली.

घरात नुसता घमघमाट सुटला.
पटकन ताट घेत
तिनं दु:ख पानात वाढून घेतलं.
दु:खाला बाकीचं तोंडी लावणं
कशाला ? म्हणत हळूच
एक तुकडा तोडून
तोंडात टाकताना
मनात आलं
अडीनडीला दु:खसुद्धा
असं बाजूला काढून
ठेवणं बरं असतं.
अहो! पोटच काय,
पण रिकामं मनसुद्धा
कसं गच्च भरून उरतं.

पुरुष जाणिवा

मला मुलगी होते तेव्हा!

मला मुलगी होते तेव्हा...
मी बदलू लागतो, हळूहळू,
आतून पण अधिक खोलवर.
होऊ लागतो सजग,
सतर्क अन् तितकाच
हळुवार.

देहाच्या पलीकडंही एक
असतं मन, हिरवंगार
टवटवीत, रसाळ.
झिरपू लागते ही
हिरवी जाणीव
अगदी तळापर्यंत.
तो इवलासा जीव
छातीशी धरताच होतो
साक्षात्कार!

आपल्यालाही फुटू शकतो
दुधाळ, वत्सल पान्हा !
'हल्ली फारच बदललात हं तुम्ही'
या तिच्या लडिक तक्रारीवर
मी मान्य करतो
मनापासून माझ्यातल्या
आदिम पुरुषीपणाचा
पराभव. पण...

पण तो पराभव नसतोच मुळी
सुरू होतो त्या क्षणातूनच
माझ्यातल्या माणूसपणाचा
प्रवास
अन् पारंपरिकतेचं गाठोडं
खाली उतरवून
होत जातो मी
अधिकच मोकळा, हलका
मला मुलगी होते तेव्हा!

अंतर

माझ्या ओठातून बाहेर
पडलेला नकार
तुला फारच लवकर
उमजला!
पण त्याचवेळी
डोळ्याच्या कोपऱ्यात
उमटलेल्या होकाराच्या
प्रतिबिंबाकडं
तू सरळ सरळ
दुर्लक्षच केलं
होकार अन् नकार
यातल्या प्रवासाचं अंतर
इतकं,
जीवघेणं होतं का?

पाऊलखुणा

तो
बदलत चाललाय
असं वाटत असतानाच
जुन्याच पाऊलखुणा
पुन्हा पुन्हा वर येऊन
तिला का बरं
छळू लागतात?
निद्रित, गाढ
झोपी गेलेल्या
पाण्याचा तळ,
पुन्हा पुन्हा हातपाय हलवून
जागा करू पाहतो
तिच्या खपली धरलेल्या
जखमी मनाला.
अन् सुरू होतो अचानक,
गतकाळात गाडलेल्या त्या
मंतरलेल्या आठवणींचा फेर!
तो बदलत चाललाय खरं! पण
असं वाटत असतानाच
जुन्या जाणिवांचा विळखा
पुन्हा पुन्हा
का बरं तिच्या भोवती आवळला जातोय!
उमलू पाहणाऱ्या तिच्यातल्या
नवजाणिवांच्या पक्ष्यांचे पंख
छाटले जात आहेत
बदलत चाललाय जेव्हा तो असं वाटत असतानाच..

त्याचं समुद्र असणं

गवतफुलांचे झुलते
इशारे
अन् तीरावर
थबकलेले वादळवारे
यांना न जुमानता
समुद्राकडं धावत निघालेल्या
नदीचं तिला कोण कौतुक!
त्याला हे जमतं तर!
या तिच्या डोळ्यात
उमटलेल्या प्रश्नचिन्हाला
नेमकं झेलून घेताना
त्याचं समुद्र असणं
तिला केव्हा बरं उमगेल?

पायवाट

मी विचारलं तेव्हा
नाही म्हणालास!
माझ्याही येतंय
लक्षात ते,
नाही म्हटलं तरी
कमळ तळ्याकडं जाणारी
पायवाट आता
पुसट होत चाललीय
पण अजूनही
टवटवीत आहे ते
माझ्या कमळ डोळ्याइतकंच!
म्हणूनच एकदा
विचारून बघीन म्हटलं.
तर तू निरंतर
खोदत असलेली
ती पायवाट आता
नेमकी माझ्यापर्यंत
येऊन पोहोचलीय
अन् तरीही मला
एकदातरी तुला विचारायचंय
येशील ना!

शकुंतला

तू कण्व मुनींची
शकुंतला होशील का?
त्यानं असं विचारताच
तू दुष्यंत होऊ नकोस
म्हणजे झालं!
अगं! वेडे नाटकांसाठी!
आता त्यानं
शकुंतला दुसरी शोधलीय
अन् कण्व मुनींचे
अश्रू पुसण्याचं सामर्थ्य
मी केव्हाच गमावलंय.

चंद्रसडा

सांजावलेल्या
माझ्या डोळ्यात
तू नाकारलंय
चंद्र होऊन राहण्याचं

आता रात्र हळूहळू
चढत चाललीय
इथून तिथून आरपार.
अन् अंगण
ओथंबून वाहतंय
तू घातलेल्या
चंद्रसड्यानं!

फक्त

'फक्त
दोन मिनिटं
बाकी आहेत.'
'कशाला?'
त्यानं दचकून
विचारलं.
'कवितेचा जन्म
व्हायला.'
त्यानं मोठा
सुस्कारा सोडला!

ठिणगी

हं!
हं काय?
नाही, काही म्हणालीस!
छे! मी कुठं काय...!
अगं मग म्हण,
म्हणू?
म्हण, अगदी वाटेल ते!
तुला आवडेल ते!
मग काय...
चांदण्यातल्या भटकण्यापासून
धबधब्याखाली भिजण्यापर्यंत...
सगळं सगळं झालं.
(आता धापा टाकीत
ती समोर उभी अन्
त्याच्या डोळ्यापुढं युक्रेन
सिरियाच्या युद्धाची बातमी
मध्यवर्ती)
झालं!... तिचं धाप टाकणं
काय झालं?
मला काही म्हणालीस?
अन् आकस्मिक युद्धाची अशी
ठिणगी पडली.

गुंता

वृक्षाला बिलगलेली वेल
अन् बलशाली, पराक्रमी वृक्ष
वर्षांनुवर्षांचं समीकरण
जणू वेलीला आधार आपणच
या गोड संभ्रमात
त्या बिलगण्याचं जखडण्यात
झालेलं रूपांतर
बिचाऱ्या वृक्षाला अजूनही
उमगलंच नाही
एका जागेवरून हालता
न येण्याचं कारण हेच एकमेव
हे जेव्हा कळेल त्याला
तेव्हा आपल्याच अंगाखांद्यावर
वाढलेल्या वेलीला
जिवानिशी उपटून फेकून देईल ?
की सोडवेल हळुवारपणे
झालेला हा गुंता ?
अर्थात मुळातून शोषलेला जीवनरसच
ठरवेल त्याची स्वाभाविक वृत्ती !

कवयित्रीचा परिचय

प्रा. ज्योती रामकृष्ण जोशी
एमए मराठी, एमफील, बीएड

प्रा. ज्योती रामकृष्ण जोशी यांचे महाविद्यालयीन शिक्षण 'तुळजाराम चतुरचंद महाविद्यालय, बारामती' येथे झाले आहे. 'गो. नी. दांडेकरांची नाटके' या विषयात त्यांनी एमफील केले आहे. त्या गेल्या तीस वर्षांपासून 'शारदाबाई पवार महिला आर्टस्, कॉमर्स ॲण्ड सायन्स कॉलेज, शारदानगर' येथील ज्युनिअर विभागात मराठी विषयाच्या अध्यापिका म्हणून कार्यरत होत्या. 'गो. नी. दांडेकरांची नाटके' हे पुस्तक आणि 'माझिया मना' हा काव्यसंग्रह हे त्यांचे प्रकाशित साहित्य आहे. तसेच 'नवोदित' आणि 'रंगघनु' या सामूहिक काव्यसंग्रहात त्यांच्या कविता समाविष्ट झाल्या आहेत.